முனைவர் மு. வளர்மதி

தருமபுரி மாவட்டம் பாப்பிரெட்டிப்பட்டி கிராமத்தில் 1956 ஆம் ஆண்டு க. முத்து – செல்லம்மாள் இணையர்களுக்கு மகளாகப் பிறந்தவர் மு. வளர்மதி. விவசாயக் குடும்பத்தைச் சேர்ந்த இவரது பெற்றோர்கள் பெரியார் கொள்கை பிடிப்போடு வாழ்ந்து மகளையும் அவ்வழியே வளர்த்தவர்கள். வழக்குரைஞரும் சிறந்த பொதுவுடைமை இயக்கச் சிந்தனையாளருமான அண்ணா. நாகரத்தினம் அவர்களை மணந்து கொள்கை வழி பயணம் செய்த இவருக்கு குறிஞ்சி என்ற மகள் உள்ளார்.

சென்னை தரமணியில் உள்ள உலகத் தமிழாராய்ச்சி நிறுவனத்தில் மொழிபெயர்ப்பியலில் பட்டயம் பெற்ற இவர், முனைவர் பட்டமும் அந்நிறுவனத்திலேயே பெற்று, இணைப் பேராசிரியராக பணியாற்றினார். ‘மொழிபெயர்ப்புக் கலை’, ‘மானுட விடுதலை’ (இங்கர்சால் மொழிபெயர்ப்பு) ஆகிய இரு நூல்களை முதல் வெளியீடுகளாகக் கொண்டு வந்தார்.

பின்னர் திராவிட இயக்க சிந்தனைக்குரிய தந்தை ‘பெரியார் சிந்தனைகள்’, ‘சுயமரியாதை இயக்க வீராங்கனைகள்’ (தொகுதி 1, 2) ‘மூவலூர் ராமாமிர்தம் அம்மையார்’, ‘அன்னை நாகம்மையாரும் தோழர் எஸ்.ஆர். கண்ணம்மாளும்’, ‘பறை – இசைக்கருவி ஓர் ஆய்வு’, ‘இங்கர்சால் சிந்தனைகள்’ ஆகிய நூல்களை எழுதி வெளியிட்டுள்ளார்.

தொடர்ச்சியாக, பெண் விடுதலை மற்றும் திராவிட இயக்கம் தொடர்பான முப்பதிற்கும் மேற்பட்ட இவரது கட்டுரைகள் பல்வேறு இதழ்களில் வெளியாகியுள்ளன. ‘தமிழ் மொழிபெயர்ப்பு முன்னோடிகள்’, ‘அறிஞர்கள் பார்வையில் அறிஞர் அண்ணா’, ‘அயல்நாட்டுத் தமிழ் இலக்கியங்கள்’, ‘வெ.நா. அப்புசுவாமியின் அறிவியல் கட்டுரைகள்’, ‘நானும் என் கவிதையும்’ உள்ளிட்ட முப்பதிற்கும் மேற்பட்ட நூல்களை எழுதியுள்ளார்.

உலகத் தமிழாராய்ச்சி நிறுவனத்தில் முப்பது ஆண்டுகள் பணியாற்றிய பின், தற்போது பணி நிறைவு பெற்று சேலத்தில் வசித்து வருகிறார்.

இறையும் பறையும்

முனைவர் மு. வளர்மதி

கருப்புப் பிரதிகள்

இறையும் பறையும்
முனைவர் மு. வளர்மதி
© ஆசிரியருக்கு

முதல் பதிப்பு: ஜூன் 2023
வெளியீடு: கருப்புப் பிரதிகள்
பி 55, பப்பு மஸ்தான் தர்கா, லாயிட்ஸ் சாலை,
சென்னை 600 005.
பேச: 94442 72500
மின்னஞ்சல்: karuppupradhigal@gmail.com

அகபுற வடிவமைப்பு: ஜீவமணி
அலுவலக உதவி: அறிவொளி, அருள் குமார், ஹரிதாஸ்

அச்சாக்கம்: ஜோதி எண்டர்பிரைசஸ், சென்னை 600 005.

விலை: ரூ. 170.00

Iraiyum paraiyum
Dr. M. Valarmathi
© Author

First Edition: June, 2023

by Karuppu Pradhigal
B55, Pappu Masthan Darga, Lloyds Road,
Chennai 600 005, Tamil Nadu, South India.
Mobile: 94442 72500
Email: karuppupradhigal@gmail.com

Cover, Layout: Jeevamani
Printed by: Jothy Enterprises, Chennai 600 005.

Price: ₹ 170.00

ISBN: 978-93-95256-07-0

அட்டை, பின்னட்டை படம்:
திருச்செங்கோடு அர்த்தநாரீசுவரர் கோவில் சிற்பங்கள்.

கருப்புக் குறிப்புகள்

ஜாதியப் பண்பாட்டோடு இழிவாக அடையாளப்படுத்தப்பட்டிருந்த தமிழர்களின் தொல்லிசைக் கருவியான பறை இசைக் கருவி பற்றி தமிழிசை வரலாற்றில் முன்னோடி நூல் ஒன்றை 'பறை' என்ற பெயரில் ஆய்வு நூலாக இருப்பதைந்து ஆண்டுகளுக்கு முன்பே தமிழ்ச் சமூகத்தின் அறிவு புலத்தில் முன் வைத்தவர் முனைவர் மு. வளர்மதி அவர்கள்.

முதன் முதலில் வெளியான அந்நூல், விடுதலைக் கோரும் மக்களாலும், இயக்கங்களாலும் ஆரவாரமாக வாரியணைத்துக் கொள்ளப்பட்டது.

அதன் தொடர்ச்சியாக, சமூக இயங்கியல் போக்கில் சமய இலக்கியத்திலும் இறையின் இருப்பிலும் பறைக் கருவி அணுகப்பட்ட விதத்தை இலக்கியப் பனுவல்களின் துணையோடு ஆய்ந்து அணுகி எழுதப்பட்ட நூல் 'இறையும் பறையும்'. தான் மணம் புரிந்த நேசிப்பிற்குரிய இணையரை தீநுண்மை (Covid) நோய்க்குப் பறிகொடுத்த சூழலிலும் தளர்ந்து போகாது தமது ஆய்வுப் பணியை சளைக்காது தொடர்ந்ததின் வெளிப்பாடாக இந்நூல் உருவாகியுள்ளதை இதை வாசிக்கும் எவரும் உணரக்கூடும்.

உலகத் தமிழாராய்ச்சி நிறுவனத்தில் பணி புரிந்த காலத்திலும் சரி, சமூகப் பணியாற்றுகையிலும் சரி, தோழரின் ஆய்வுப் பணிகளை அறிந்தணுகி அவரின் 'சுயமரியாதை இயக்க வீராங்கனைகள்' ஒன்று, இரண்டு தொகுதிகளை விரும்பி வேண்டி பதிப்பித்தோம். அதன் தொடர்ச்சியில் இந்நூலின் முந்தைய நூலான 'பறை' நூலையும், இப்போது 'இறையும் பறையும்' நூலையும் பதிப்பிப்பதில் பெரும் மகிழ்ச்சியை எய்துகிறோம். அதற்கான நன்றியறிதலையும் பேரன்பையும் தோழருக்கு தெரிவித்துக் கொள்கிறோம்.

நூல் உருவாக்கத்தில் துணை நின்ற தோழர் அமுதா, வடிவமைத்த ஜீவமணி, வாழ்த்துரை வழங்கிய பேரூர் ஆதீனம் சாந்தலிங்க மருதாசல அடிகளார், அணிந்துரை நல்கிய பேராசிரியர் சா. சரவணன் ஆகியோருக்கும், பதிப்பின் துணைகளான ஷோபாசக்தி, ம. மதிவண்ணன், விஜய் ஆனந்த் (பெங்களூரு), சுதந்தரக் குமார் உள்ளிட்ட கருப்புப் பிரதிகளின் தோழமைகளுக்கும் அன்பையும் நன்றியையும் உரித்தாக்குகிறேன்.

நீலகண்டன்

உள்ளடக்கம்

- அருள் வாழ்த்துரை:
  முனைவர் சாந்தலிங்க மருதாசல அடிகளார் 9
- அணிந்துரை:
  பேராசிரியர் சா. சரவணன் 11
- முன்னுரை:
  முனைவர் மு. வளர்மதி 15

1. பறை - தகவல் தொடர்புக் கருவி -
   இசைக் கருவி 19
2. இறையும் பறையும் 48
3. பன்னிரு திருமுறைகளில் பறை இசை 57
4. பறை இசை - மீட்பு முயற்சி 142

- துணைநூற் பட்டியல் 147
- பின்னிணைப்பு 1:
  பன்னிரு திருமுறைகள் 149

திருக்கயிலாயப் பரம்பரை மெய்கண்ட சந்தானம்
பேரூராதீனம் இருபத்தைந்தாம் குருமகாசந்நிதானங்கள்,
கயிலைப்புனிதர் முனைவர்
திருப்பெருந்திரு
சாந்தலிங்க மருதாசல அடிகளார்
பேரூராதீனம், பேரூர், கோயம்புத்தூர்
தமிழ்நாடு அரசு இந்து சமய அறநிலையத்துறை
உயர்நிலைக்குழு உறுப்பினர்
அலைபேசி: 0091 98947 61125

நாள்: 12.05.2023

அருள் வாழ்த்துரை

"**ப**ண்ணின் இசையாகி நின்றாகி போற்றி" என்பது திருநாவுக்கரசர் திருவாக்கு. இவ்வாக்கிற்கேற்ப இசையாகி நிற்கும் இறைவனைப் பல்வேறு இசைக்கருவிகள் கொண்டு போற்றிப் பரவுவது பழந்தமிழர் மரபு. அத்தகைய இசைக்கருவிகளுள் ஒன்றாகத் திகழ்வது பறை. பறை எனும் இசைக்கருவி இறையோடு எவ்வாறெல்லாம் தொடர்புடையது என்பதை அறிவிக்கும் வகையில் அமைந்தது "இறையும் பறையும்" என்னும் இந்நூல் ஆகும்.

திருஞானசம்பந்தர், "பொறையார் மிகுசீர் விழமல்கப் பறையார் ஒலிசெய் பனையூரே" என்றும் திருநாவுக்கரசர், "பறையோடு பல்கீதம் பாடினான் காண்" என்றும் சுந்தரமூர்த்தி சுவாமிகள், "பறையார் முழவம் பாட்டொடு பயிலும் தொண்டர் பயில் கடவூர்ப் பிறையார்" என்றும் மாணிக்கவாசகப் பெருமான், "ஞானவாள் ஏந்தும் ஐயர் நாதப் பறையறைமின்" என்றும் தெய்வச் சேக்கிழார், "எல்லாம் எய்தி உண்க என இரண்டு பொழுதும் பறை நிகழ்த்தி சொல்லால் சாற்றிச் சோறு இட்டார்"

என்றும் பன்னிரு ஆழ்வார்களில் ஒருவராகிய ஆண்டாள், "நாராயணனே நமக்கே பறை தருவான்" என்றும் தங்களது அருட்பாடல்களில் குறிப்பிட்டுள்ளனர். பின்னர் வந்த அருளாளர்களாகிய அருணகிரிநாதர் திருப்புகழில் பல இடங்களில் பறை பற்றிக் குறிப்பிட்டுள்ளார்.

இவ்வாறு பக்தி இலக்கியக் காலந்தொட்டு ஒரு சில நூற்றாண்டுகளுக்கு முன்னர் வரை பறை எனும் இசைக்கருவி இறைக்குரிய கருவியாக இருந்ததைக் காண முடிகிறது. ஆனால் இன்று பறை என்பது ஒரு குறிப்பிட்ட குழுவினருக்கு மட்டுமே உரியது என்ற நிலையில் உள்ளது. அவ்வகையில் பறையிசை எவ்வாறெல்லாம் இறையிசையாகத் திகழ்ந்தது என்பதை எடுத்துக் கூறும் நோக்கில் முனைவர் மு. வளர்மதி அவர்கள் இந்நூலை எழுதியுள்ளது பாராட்டுதற்குரியது.

முனைவர் மு. வளர்மதி அவர்கள் உலகத்தமிழாராய்ச்சி நிறுவனத்தில் ஆராய்ச்சி உதவியாளராகப் பணியைத் தொடங்கிப் பேராசிரியராக உயர்ந்தவர். எண்பதுக்கும் மேற்பட்ட ஆய்வுக் கட்டுரைகளையும் இருபதிற்கும் மேற்பட்ட நூல்களையும் எழுதியவர். அவ்வகையில் இவர்தம் இந்நூல் சிறக்கவும் இந்நூல் உருவாக உழைத்த அனைவரும் வாழ்வில் எல்லா நலங்களும் வளங்களும் பெற்றுப் பெருவாழ்வு வாழவும் எல்லாம்வல்ல அருள்மிகு அம்பலவாணப்பெருமான் இன்னருளையும், அருள்திரு சாந்தலிங்கப்பெருமான் தண்ணருளையும், இருபத்துநான்காம் குருமகா சந்நிதானங்கள் கயிலைக் குருமணி தமிழ்நெறி வழிபாட்டுத்தந்தை அடிகள் பெருந்தகை அவர்களின் குருவருளையும் நினைந்து வாழ்த்தி மகிழ்கின்றோம்.

வேண்டுந்தங்களன்பு,
அன்புள்ள,

அணிந்துரை

பேராசிரியர் சா. சரவணன்
தலைவர்,
சைவ சித்தாந்தத் துறை,
சென்னைப் பல்கலைக்கழகம்,
சென்னை - 600 005

பக்தி செய்தல் என்பது தமிழ் மரபில் பழங்காலந் தொட்டு நடைமுறையில் உள்ளது. "வேலன் வெறியாட்டு" பக்தி நிகழ்த்து முறை தொடங்கி விரிவாக இருந்த நடைமுறைகளைத் திருமுருகாற்றுப்படை பதிவு செய்துள்ளது.

காரைக்கால் அம்மையார் தொடங்கி வைத்த பக்தி நெறி கூத்தப் பெருமாளை முன்னிட்டு அமைந்தது. அவர் இசைக் கருவிகள் பலவற்றுடனான குரலிசையுடன் நிகழ்த்தப்படும் கூத்து கலையின் இயக்குநராகவும் கலைஞராகவும் "திருவாலங்காட்டுத் திருப்பதிகங்களை" அருளியுள்ளார். பறை முழவு தொடங்கி பல கருவிகளும் பல இசைத்தல் கூறுகளுமாகப் பதிகங்களைப் பாடியுள்ளார். அவரைத் தொடர்ந்து வந்த திருஞான சம்பந்தருக்குத் தாளமும், திருநீலகண்ட யாழ்பாணர் வழி யாழும் அமைகின்றன. ஆனாலும் இறை வழிபாட்டு நிகழ்த்து முறையில் பறை, சங்கு, குழல் ஆகிய மூன்று இசைக் கருவிகளின் மேலதிகப் பயன்பாட்டையும் பிற இசைக் கருவிகள் துணை நிலைகளையும் பதிவு செய்தவர். குறிப்பாக மறைபாடும் வாய்ப்பாட்டோடு பறை இசை சேர்ந்திசையாக

அமைந்தமையைத் தெளிவாகச் சுட்டியுள்ளார். இறைவனை சேர்தலில் மறையும் பறையும் ஈடானவை என்பதோடு இதன் சார்புள்ள மக்கள் இறைவனுக்கு ஏற்றத்தாழ்வற்ற பணியாளர்கள் என்பதையும் உணர வைத்துள்ளார்.

காரைக்காலம்மையார், திருஞானசம்பந்தர் தொடங்கி திருமுறை வாணர்கள் பாடிப் பரவிய பாடல்களின் ஊடாகப் "பறை" எனும் இசைக் கருவியும் அதனோடு சார்புடைய பல இசைக் கருவிகளையும் இறைவனுக்கான வழிபாட்டு வகையில் கையாண்ட வரலாற்றைத் தெளிவாகக் காட்சிப்படுத்தி, உண்மையை உணர்த்தி பக்தி இலக்கியத்தில் பறை பயன்பாட்டை விளக்கியுள்ளார் முனைவர் மு. வளர்மதி அவர்கள்.

பறை எனும் தலைப்பில் "தமிழர் கலை வரலாற்றின் முகம்" குறித்துத் தரவுப்படுத்தி நூல் வெளியிட்டுள்ள முனைவர் மு. வளர்மதி அவர்கள், இசைக்கருவி வரலாற்றில் பறை வரலாற்றை ஓர் ஆவணமாக இந்நூலினைப் படைத்துள்ளார்.

தமிழ் வரலாற்றில் பண் மரபு சார்ந்த இசைக் கருவிகளில் பறை எனும் இசைக்கருவி பயன்பாடு கி.பி இரண்டுக்குப் பிறகான பக்தி இலக்கியங்களில் பதிவுச் செய்யப்பட்டிருப்பதை முறையாகத் தெரிவிக்கிற நூலாக இந்த நூல் படைப்பாக்கம் பெற்றுள்ளது.

பறை என்பது முழுவான வரலாற்றுடன் அகமுழவு புறமுழவு குறித்த செய்திகளைப் பதிவிடும் ஆசிரியர் திருமுறைகளின் வாயிலாக பறை, சங்கு இவற்றுடன் விழா நடத்துதலும், இறைவனின் கூத்து ஆடல் நிகழ்த்தப்பட்டதும், குறித்த பதிவுகளை பட்டியலிட்டுள்ளார். அகமுழவுத் தன்மையில் நாதப்பறை அமைப்பையும் இறைவன் ஆடுதலின் நுட்பத்துக்குரிய அய்ந்து தொழிலில் துடி அடையாளத்தையும் உணர்த்தி திறம் பெற பறை மூலத்தை விளக்கியுள்ளார்.

பிற்கால பக்தி மரபில் அருணகிரிநாதரின் பேரரங்குக் காட்சிப்பட்ட புகழ்ப்பாக்கலூடாக சந்த மரபில் பறை வகித்த பாத்திரங்களையும் புலப்படுத்தியுள்ளார். இசைக் கருவிகள் திருப்புகழ் பாக்களில் அகவயமாகிருப்பதையும் அழகுற எடுத்துக் காட்டியுள்ளார்.

தமிழ் மரபின் சார்பிலான ஆண்டாள் கேட்கும் பறை, இஸ்லாமியப் பண் வகை எனப் பல வகையிலும் பறை வரலாற்றை நிரல் படுத்தும் பேராசிரியர் முனைவர் மு. வளர்மதி அவர்களின் படைப்பான இந்நூல் பறை இசைக்கப்படுதலில் பாகுபாடற்றத் தன்மையை வலியுறுத்தும் போக்கு உடையது.

பக்தி இலக்கிய இசை மரபில் மறையும் பறையும் இணை மதிப்பு கொண்டவைகள். இதன் வகையில் குரல் மேலாதிக்கமும் உழைப்பு பின் தள்ளப்பட்டதுமான விவரணைப் போக்கு திருமுறைகளுக்கு முரணானது என்று எடுத்துக் காட்டப்படுகிறது.

அதே வேளை பறை மரபுத் தன்மை முழங்குதல் என்பதோடு தனிப்படுத்திக் கொள்ளாமல் அக வயப்படும் இசைத்தலில் கற்றுக் கொள்ளப்படுதலும் பயன்படுத்தப்படுதலும் வெற்றி பெற வேண்டும் என்பது ஆசிரியரின் அறிவுறுத்தல் நோக்கமாகும்.

பறையை ஒலித்தலாக புறத்தும் இசைத்தலாகக் கருவறை சார்ந்தும் பயன்படச் செய்ய வேண்டியது கற்றலும் பக்திக்குமான தேவை. திருவாசகம் இறப்பு வீட்டில் இசைக்கப்பட்டு வாழ்வை இக்கட்டான நிலையில் அறிவுறுத்தப் பயன்படுத்தப்படுகிறது. அந்த இடத்தில் மறையும் நிறுத்தப்படுகிறது.

திருவாசகம் எவ்வளவு உயர்வுடையதோ அவ்வளவு உயர்வு உடையது “பறை”. அதனால் நாதப்பறையாக அதை அறைதலும் இசைத்தலும் தேவை. அதன் ஒழுங்கிற்குக்

கவனமாகவும் கனமாகவும் பயணப்பட வேண்டும். அதற்கான படகு தான் இந்நூல். பத்தியுலகிற்கான ஏற்றத்தாழ்வை அகற்றும் கடமை இதனுள்ளும் இருக்கிறது. இன்றைய சூழலில் மிகவும் தேவைப்படுகிறது.

நன்றி படைப்பாளிக்கு.

⊙

முன்னுரை

தோழர்களே !

இறையும் பறையும் என்ற இந்த நூலின் தலைப்பு சிலருக்கு முரணாகத் தோன்றும். ஏனெனில் இறை புனிதத்துவத்தை உணர்த்துவது. 'பறை' தற்கால நிலைப்படி அது தீண்டாமையை உணர்த்துவது என அடையாளமாக்கப்பட்டுவிட்டது. இரண்டும் எதிரெதிர் நிலைகளில் இருப்பதாக உணரப்படுகின்றது. ஆனால் இரண்டுக்கும் (இறை-பறை) உள்ள இணைபிரியா தொடர்புகளை ஆன்மிகப் பெரியோர்களான ஆழ்வார்களாலும், நாயன்மார்களாலும் வழங்கப்பட்ட இலக்கியப் படைப்புகளைக் கொண்டு விளக்க எடுத்துக் கொண்ட ஒரு சிறு முயற்சியே இந்நூல்.

இறைவனைப் புகழ்ந்துப் பாடிய இறைத் தொண்டர்கள் பறை இசைக் கருவியை எப்படியெல்லாம் போற்றுகிறார்கள், எப்படியெல்லாம் மிகச் சிறப்பாக, உயர்வாகக் கருதி வழிபாடுகளை நிகழ்த்தியிருக்கிறார்கள் என்பதை அவர்களுடைய திருமுறைப் பாடல்களைக் கொண்டு காணலாம்.

சைவ சமயத்தின் முழுமுதல் கடவுளாகவும், பிறப்பும் இறப்பும் இல்லாத பரம்பொருளான பரமசிவன் தனது உடுக்கையிலிருந்து படைத்தல், காத்தல், அழித்தல், மறைத்தல், அருளல் என அய்ந்து பணிகளுக்கும் அடிப்படையான 'ஓம்' என்ற பிரணவ மந்திரத்தை உருவாக்கினார் எனக் கருதப்படுகிறது. அனைத்துக்கும்

மய்யமாக விளங்கிய 'துடி' எனும் இடை சுருங்குப் பறை ஒரு வகைத் தோற்பறை. இது இருமுகப்பறை. சிற்றுடுக்கை, பேருடுக்கை என இருவகைவுண்டு. சிவபிரான் கையில் வைத்து முழக்கும் கருவி சிற்றுடுக்கை.

'தமிழிசைக் கலைக்களஞ்சியம்' வழங்கிய பேரறிஞர் பேரா. முனைவர் வீ.ப.கா. சுந்தரம் அவர்கள் உடுக்கை எனும் சொல்லிற்கு பின்வருமாறு விளக்கமளித்துள்ளார்.

> "உடுக்கைக்குப் பழம் இலக்கியப் பெயர் 'தமருகம்' என்பதாகும். நடுப்பக்கத்திலிருந்து மேல் நோக்கி இருமருங்கும் செல்வதால் 'உகம்' எனப்பட்டது." *(தமி.க., தொ. 1, ப. 234)*

> 'சிவனார் நடனத்தில் ஆடிக் கொண்டு தாமே முழக்கிய உடுக்கையின் ஒலியால் உலக இயக்கம் தோன்றியது' என்று சைவ சித்தாந்தம் கூறும். உடுக்கையானது சிவ நடனத்திற்குப் பயன்பட்டது. இது சிற்றுடுக்கை. இது சிவனாரின் இடக்கையில் இருப்பது. உடுக்கையைத் துடி எனச் சங்கச் செய்யுட்கள் கூறுகின்றன. *(தமி. கலை., தொ. 1, ப. 234-235)*

சிவபெருமான் திருக்கரத்தில் உள்ள உடுக்கையைத் 'துடி' என்றும் 'தமருகம்' என்றும் சொல்வார்கள். அய்ந்தொழிலை ஒருங்கே ஆற்றுகின்ற தாண்டவமே ஆனந்தத் தாண்டவம். சிவபெருமான் ஆனந்தத் தாண்டவம் ஆடும் போது துடியினில் தோற்றமும் அமைப்பனில் திதியும் (காப்பதும்) நெருப்பினில் தீயவை தீய்த்து அழிப்பதும், ஊன்றிய காலில் ஆணவத்தை அடக்குவதும், தூக்கிய காலில் அருளுவதும் ஆகிய இந்தொழில்கள் நிகழ்வதுண்டு. இவற்றை விளக்கும் பாடல்:

'தோற்றம் துடியதனில் தோயும் திதியமைப்பில்
சாற்றிடும் அங்கியிலே சங்காரம் - ஊற்றமாய்
ஊன்று மலர்ப்பதத்தில் உற்றதிரோ தம்முத்தி

நான்ற மலர்ப்பதத்தே நாடு'

(உண்மை விளக்கம்)

'அரன்துடி தோற்றம் அமைப்பில் திதியாம்
அரன்அங்கி தன்னில் அறையில் சங்காரம்
அரனுற் றணைப்பில் அமருந் திரோதாயி
அரனடி என்றும் அனுக்கிரகந் தானே'

(திருமந்திரம்)

"நடன இறைவனுக்குரிய நான்கு திருகரங்களுள் பின்னுள்ள வலக்கையில் துடி துலங்கும். முன்னுள்ள வலக்கை அபய மலர்க் கையாகக் பாம்புடன் விளங்கும். பின்னுள்ள இடக்கையில் தீச்சுடர் விளங்கும். முன்னுள்ள இடக்கை தூக்கிய திருவடியைச் சுட்டிக் காட்டும். இக்கைகளின் நிலைகளாலும் துடியின் சிறப்பை அறியலாகும். அது வலக்கையிலிருப்பது. ஒலியுலகினைப் படைப்பது; நடு சிறுத்தது; இருசமமருங்குகளும் விரிந்து செல்லுவது". *(தமி. கலைக். தொகுதி 3, ப. 235)*

என பேரா. வீ.ப.கா. சுந்தரம் விளக்கியுள்ளார்.

இவ்வாறு இறைத் தொண்டர்கள் பல்வேறு பறை வகைகளையும் போற்றிப் புகழ்ந்து பாடியுள்ளனர். காலப்போக்கில் இறைவனடி சேருவதாகக் கூறப்படும் மனிதருக்கு இறுதியாக இசைக்கும் இசைக் கருவி என்பதால் அது தீட்டுக்குரியதாக்கப்பட்டது. பின்பு அது மக்களால் ஒதுக்கப்பட்டு தீண்டாமைக்குரியதாக்கப்பட்டது. அத்துடன் அந்த இசைக்கருவிகளை இசைப்பவர்கள் சமுதாயத்தில் தாழ்த்தப்பட்டோராக ஊரின் ஒதுக்குப்புறத்தில் வாழ்வோராக ஒரு நிலைக்குத் தள்ளப்பட்டனர்.

'துடியன் பாணன் பறையன் கடம்பனென்று
இந்நான் கல்லது குடியுமில்லை'

(புறநானூறு 335:1:8)

இசைக்குடிகளாக வாழ்ந்தவர்கள் 'பறையர்' என சங்க இலக்கியங்கள் காட்டுகின்றன. பின்னாளில் அக்குடிமக்கள் பறை இசைக்கருவியின் அடையாளத்தோடு குறிப்பிட்ட சாதி, அடையாளமாக்கப்பட்டது மனித மாண்பின் வீழ்ச்சி.

தற்கால இளந்தலைமுறையினர் இந்த புரிதலோடு சாதி, மத பேதமற்ற ஒரு சமுதாயத்தை உருவாக்கவும், பறை மானுடம் போற்றுவதற்கான ஒரு இசைக் கருவியாகக் காணுவதற்கு இந்நூல் பயனுள்ளதாக இருக்கும் எனக் கருதுகிறேன்.

கணினியாக்கம் செய்து வழங்கி இந்நூல் வெளி வர பேருதவி புரிந்த என்றென்றும் நினைவில் வாழும் பேரன்பிற்குரிய என் கணவர் சென்னை உயர்நீதிமன்ற வழக்கறிஞர் அ. நாகரத்தினம் அவர்களுக்கு எனது நெஞ்சார்ந்த நன்றி.

இந்நூலினை வரவேற்று செப்பம் செய்து அணிந்துரை வழங்கிய சென்னைப் பல்கலைக்கழக சைவ சித்தாந்தத் துறைத் தலைவர், பேராசிரியர் முனைவர் சா. சரவணன் அவர்களுக்கு எனது மனமார்ந்த நன்றி.

நூலின் முழுமையாக்கத்திற்கு உதவிய என்னுடைய முனைவர் பட்ட மாணவர் முனைவர் பொ. வேல்முருகன் அவர்களுக்கு எனது இதயங்கனிந்த நன்றி.

என்னுடைய நூல்களுக்கு மிகுந்த முக்கியத்தும் அளித்து எனது எழுத்துப்பணியை ஊக்குவித்து தனது கருப்புப் பிரதிகள் பதிப்பு மூலம் இந்நூலை வெளியிடும் அன்பிற்குரிய தோழர்கள் நீலகண்டன், அமுதா ஆகிய இருவருக்கும் என்றென்றும் எனது இதயம் கனிந்த நன்றியைத் தெரிவித்துக் கொள்கின்றேன்.

முனைவர் மு. வளர்மதி

பறை -
தகவல் தொடர்புக் கருவி -
இசைக் கருவி

இயற்கையுடன் இரண்டறக் கலந்து வாழ்ந்தவர்கள் தமிழர்கள். இயற்கையை நுணுக்கமாக அறிந்த தமிழர் 'போலச் செய்தல்' அடிப்படையில் பலவகையான ஒலிகளை அதற்குரிய இசைக் கருவிகளைக் கொண்டு எழுப்பினர். வெவ்வேறு வகையான ஒலிகளை எழுப்ப வேண்டும் என்ற எண்ணத்தின் உந்துதலால் ஏராளமான இசைக் கருவிகளைத் தமிழர்கள் உருவாக்கினர்.

முதன்முதலில் இவை தகவல் தொடர்புக் கருவிகளாகத் தமிழர் வாழ்வில் இடம் பெற்றன. மக்களைத் திரட்டவும், விலங்குகளை விரட்டவும் இக்கருவிகள் பயன்பட்டுள்ளன. காடுகளில் வாழ்ந்த மனிதன் தன்னைச் சுற்றியுள்ள இயற்கைச் சூழலைக் கூர்ந்து கவனித்து அதிலிருந்து அவன் பெற்ற அறிவின் மூலம் பல்வேறுபட்ட இசைக் கருவிகளை உருவாக்கினான். பல்வேறு விதமான ஒலிகளை எழுப்பி அவற்றை ஒருங்கிணைத்து இசை வடிவமாக்கினான். இத்தகைய இசைக் கருவிகளை இசைக்கு ஏற்ப வகைப்படுத்திய பெருஞ்சிறப்பு தமிழருக்குரியதாகும். தோற்கருவி, துளைக் கருவி, நரம்புக் கருவி, கஞ்சக்கருவி என நான்கு வகையாகவும், மிடற்றுக் கருவியும் சேர்த்து ஐந்து எனவும் தமிழர் இசைமரபில் இடம்பெற்றுள்ளன. இவ்வாறு இடம்பெறுகின்ற இசைக்

கருவிகளின் எண்ணிக்கை ஏறக்குறைய இருநூற்றைம்பது எனக் கணக்கிடப்பட்டுள்ளன.

1. **தோற்கருவிகள்:** பறை, தவில், மத்தளம், கஞ்சிரா முதலியன விலங்குகளின் தோல் போர்த்தி இசை எழுப்பும் கருவிகள்.

2. **துளைக் கருவிகள்:** புல்லாங்குழல், நாதசுரம், கிளாரினெட் முதலியன துளைக் கருவிகள்.

3. **நரம்புக் கருவிகள்:** யாழ், தம்புரா, வீணை, வயலின், கோட்டுவாத்தியம் முதலியன நரம்புக் கருவிகள்.

4. **கஞ்சக்கருவிகள்:** ஜால்ரா, குழித்தாளம், ஜலதரங்கம் முதலியன கஞ்சக்கருவிகள்.

5. **மிடற்றுக் கருவிகள்:** மிடற்று இசை - வாய்ப்பாட்டு, இது வாய்ப்பாட்டு வகைகளைக் குறிப்பது. மிடறு - தொண்டை; மிடற்று இசை என்பதனைக் கண்டத்து இசை எனக் குறிப்பிட்டுள்ளனர்.

காடுகளில் இனக்குழுவாக அலைந்து திரிந்து, வேட்டையாடி உணவு, உடை, இருப்பிடம் எனும் அடிப்படை வாழ்வியலுக்கானத் தேடலில் மொழியும், கலைகளும் இணைந்து வளர்ந்தன என்பது வரலாறு. ஒரு மனிதன் மற்றொரு மனிதனுடன் தாம் பேசவும் செயல்படவும் தேவையானக் கருவிகளை உருவாக்கும்பொழுது அவை முதலில் தகவல் தொடர்பு சாதனங்களாகத் துணை புரிந்தன. 'பேசு' அல்லது 'சொல்லுதல்' எனப் பொருள்படும் 'அறை' என்ற சொல்லிலிருந்து 'பறை' தோன்றியது. பேசுவதை இசைக்கவல்ல தாளக்கருவி பறை எனப்பட்டது. தொலைவில் உள்ள மனிதர்களிடையே பேசுவதற்கு பயன்பட்டுள்ளது. குறிப்பிட்ட முறையில் பறையில் ஒலிகளை எழுப்பி செய்திகளை உணர்த்தியுள்ளனர். நூறு, ஆயிரம் ஆண்டுகள் கடந்த நிலையில் அவை கல்வெட்டுகளிலும், சிற்பங்களிலும், ஓவியங்களிலும், கலைப் பொருட்களிலும்,

சுவடிகளிலும் பதிவுசெய்யப்பட்டன. இந்தப் பதிவுகள் மூலம் கடந்த காலத் தமிழின வரலாறு, மொழி, கலை அனைத்தையும் தற்காலத்தில் மீட்டெடுக்கும் முயற்சியில் ஆய்வாளர்கள், அறிஞர்கள் ஈடுபட்டு வருகின்றனர்.

இவ்வாறு மீட்டெடுக்க வேண்டிய இசைக் கருவிகளுள் முதன்மையானதாக இருப்பது 'பறை' இசைக் கருவியாகும். தோற்கருவிகளுள் மனிதனால் முதன்முதலில் உருவாக்கப்பட்டு, பெரிதும் பயன்படுத்தப்பட்டு வந்த இந்த இசைக் கருவி, பின்னாளில் வீழ்த்தப்பட்டது. ஏன்? எப்படி? என்பதை 'பறை - இசைக் கருவி - ஓர் ஆய்வு' என்ற எனது முந்தைய நூலில் விளக்கியுள்ளேன். அதன் தொடர்ச்சியாக நாம் மேலும் இன்னமும் விரிவாக, விளக்கமாக மிக நுணுக்கமாக நம் இலக்கியங்களில் பதிவுசெய்யப்பட்டுள்ளதை வருங்காலத் தலைமுறையினருக்கு எடுத்துக்காட்டும் நோக்குடன் இந்நூல் வழங்கப்படுகிறது. முன் நூலில் 'பறை' இசைக் கருவி வகைப்பாடுகளின் வழியாக வரலாற்று நோக்குடன் எடுத்துக் காட்டப்பட்டுள்ளது. இதனை அடுத்து ஒரு சில பக்தி இலக்கியங்களின் வழியாகப் பறை - தோற்கருவியின் முக்கியத்துவம் இங்கு எடுத்துக் காட்டப்படுகிறது.

காட்டு விலங்காண்டியாக இருந்த தமிழனுக்குப் 'பறை முழவு' ஒரு தகவல் தொடர்புக் கருவியாக உழைக்கும் மக்களின் உறுதுணைக் கருவியாக இருந்து, பின்பு காலப்போக்கில் தெய்வ வழிபாட்டிலும், தெய்வ உருவங்களின் கரங்களிலும் இடம்பெற்ற தலைக்கருவியான பறை முழவு, தமிழர் வாழ்வில் ஊடுருவிய அந்நியர்களின் சனாதனப் பண்பாட்டுப் படையெடுப்பால் பறை - இழிவின் அடையாளமாக்கப்பட்டுவிட்டது என்பது பறையின் சுருக்கமான வரலாறு.

தமிழர் ஒலியுணர்வு மிக்கவர்களாக விளங்கினர் என்பதற்கு அவர்கள் படைத்தளித்துள்ள இலக்கண, இலக்கிய நூல்கள்

சான்றுகளாகின்றன. தொல்காப்பியம் இயற்றமிழுக்கு இலக்கணம் வகுத்துள்ளதெனினும் அதனுள் இசைத் தமிழும், நாடகத் தமிழும் ஒன்றுடன் ஒன்று இணைந்து விரவிக் கலந்து நிற்பதை அறிஞர்கள் பலரும் பல நூல்களில் எடுத்துக் காட்டியுள்ளனர். குறிப்பாக, கருப்பொருள் வகுத்துக் கூறும் இடத்தில் இசையின் பகுதிகளாகப் பறை, யாழ் ஆகியவற்றைத் தொல்காப்பியர் குறிப்பிட்டுக் காட்டியுள்ளார். மேலும் இசைக் கருவிகள் இன்னின்ன காலங்களில் குறிப்பிட்ட பண்ணை இசைப்பது தமிழர் இசைமரபு என சங்கப் பாடல்கள் காட்டுகின்றன. இலக்கிய மரபில் ஐவகை நிலத்தாரும் ஐவகைப் பண்களைப் பாடும் வழக்கு இருந்து வந்துள்ளது. இந்த ஆதிப் பண்களிலிருந்து படிப்படியாக முன்னேறிப் பன்னிரண்டாயிரம் பண்களைக் கண்டுள்ளனர்.

> "குறிஞ்சி நிலத்தில் வாழ்ந்த குறவர்கள் குறிஞ்சிப் பண்ணைப் பாடி மகிழ்ந்ததோடு அதற்கு மேலும் இனிமை சேர்க்க குறிஞ்சி யாழினையும் தொண்டகப் பறையினையும் துணைக் கருவிகளாகக் கொண்டாடினர். முல்லை நிலத்தில் உறைந்த ஆயர்கள் முல்லைப் பண்ணைப் பாடி அதற்கு மெருகூட்ட முல்லை யாழையும் ஏறுகோட் பறையினையும் இசைத்து இன்புற்றனர். மருத நிலத்தில் வாழ்ந்த உழவர்கள் மருதப் பண்ணைப் பாடி மருத யாழும், மண முழவும் மீட்டிக் களிப்புற்றனர். நெய்தல் நிலத்தில் வாழ்ந்த பரதவர் நெய்தற் பண்ணைப் பாடி இன்புற்று விளரியாழும் மீன்கோட்பறையும் இசைத்து மகிழ்ந்தனர். பாலை நில எயினர் பாலைப் பண்ணைப் பாடி உவகையுற்றனர். இவர்கள் பாலை யாழை மீட்டி நிறைகோட் பறையை முழக்கி மகிழ்ந்துள்ளனர்."[1]

---

1 தமிழர் தோற்கருவிகள், ஆர். ஆளவந்தார், (முன்) ச.வே. சுப்பிரமணியன், உலக தமிழாராய்ச்சி நிறுவனம், பதி. 1981, பக். 9.

தமிழர் அவரவர் வாழும் நிலத்தில் அவரவர் உழைப்புக்கேற்ப இசைக் கருவிகளைப் பயன்படுத்தியுள்ளனர். அத்துடன் இசையையே வாழ்வாக, தொழிலாகக் கொண்டு வாழ்ந்த துடியர், பாணர், விறலியர், கூத்தர், பறையர், பொருநர், கோடியர், வயிரியர், கடம்பர் எனப் பல்வேறு இசைக்குடிகளையும் இலக்கியங்கள் காட்டுகின்றன.

சங்க காலத்து இசைக் கலைஞர்கள்:

சங்க காலத்து இசைக் கலைஞர்கள் அவரவர் இசைத்திறத்திற்கேற்ப, பல்வேறு பெயர்களில் குறிப்பிட்டு வழங்கியுள்ளனர். ஆடல், பாடல், இசைக் கருவி வகைகளை இசைத்தல், நாடகம், கூத்து முதலிய கலைகளில் ஈடுபட்டு, அக்கலைகளையே தமது வாழ்வாகக் கொண்ட அவர்களை 'இசைவாணர்கள்' எனப் பொதுவாகவும் குறிப்பிட்டனர்.

'துடியன் பாணன் பறையன் கடம்பனென்று
இந்நான் கல்லது குடியு மில்லை'[2]

(புறம். 335:7-8)

எனும் செய்யுட் குறிப்பு இசைக்குடிகளைச் சிறப்பித்துள்ளதைக் காணலாம்.

துடி கொட்டுபவன் - துடியன்
பண்ணிசைப்பவன் - பாணன்
பறை முழக்குபவன் - பறையன்
கடம்ப மரத்தில் வாழும் முருகனை
கடம்ப மலர் சூடி பாடுவோர் - கடம்பன்

இந்த நால்வகையினர் சேர்ந்த குடி 'பாண்குடி' எனக் குறிப்பிட்டனர்.

பாணர்கள் பலவகையினர்
யாழிசைப்பவர்கள் - யாழ்ப்பாணர்கள்

---

2 புறநானூறு, தமிழ்ப் பல்கலைக் கழக வெளியீடு, பதி. 1985, பாடல்-335.

குழலிசைப்பவர்கள் - குழற்பாணர்கள்
பெரும் திறம் படைத்தவர்கள் - பெரும்பாணர்கள்
சிறு திறம்படைத்தவர்கள் - சிறு பாணர்கள்

'குழலினும் யாழினும் குரல்முதல் ஏழும்
வழுவின்றி இசைத்து வழித்திறம் காட்டும்
அரும்பெறன் மரபின் பெரும்பாண் இருக்கையும்'[3]

(சிலம்பு. 5:35-37)

என்பதற்கிணங்கப் 'பெரும்பாணர்கள்' என்றவர்கள் குழல், யாழ் முதலிய கருவிகளை இசைக்கும் இனிய திறத்துடன், ஏழ்பெரும் பாலைகளையும் விரிவாக ஆளத்தி பாடும் ஆழ்ந்த அறிவும், ஒவ்வொரு பாலையினின்றும் பிறக்கும் 21 திறப்பண்களைப் (வழித்திறம்) பாடும் திறமையும் பெற்று விளங்கியவர்கள்; இத்திறங்கள் எய்தாதவர்கள் 'சிறுபாணர்' என்று குறிப்பிடப்பட்டனர். சிலம்பு தரும் இக்குறிப்பினால் பெரும்பாணர் எத்தகையர் என அறியலாகும். 'மண்டைப் பாணர்கள்' என்ற ஒரு வகுப்பினர் இருந்தார்கள். மண்டை என்பது மண்டைஓடு போன்ற சற்று உருண்டை வடிவுடைய ஒருவகை இசைக் கருவி. இதனை இசைப்பவர் 'மண்டைப் பாணர்' எனப்பட்டனர். இதனை 'இமிழிசை மண்டை' (கலி. 106:2) என்பதால் அறியலாகும். அரசர்களைத் துயில் எழுப்புநர்கள் 'சூதர்', 'மாகதர்' எனப்பட்டனர். போர்ப்பாடும் பாணர்கள் 'பொருநர்' எனப்பட்டனர்."[4]

---

3 சிலப்பதிகாரம், அடியார்க்கு நல்லார் உரை, உ.வே.சா. பதிப்பு, சென்னை, பதி.1968.

4 தமிழிசைக் கலைக் களஞ்சியம், தொகுதி–1, வீ.ப.கா. சுந்தரம், பாரதிதாசன் பல்கலைக்கழகம், திருச்சி, பக். 279–280.

சங்ககாலத்தில் பல்வேறு இசைக் கருவிகளை வாசிப்பதில் திறம் வாய்ந்த மக்கள் தனித்தனிப் பெயர்களால் குறிப்பிடப்பட்டனர். அவை பின்வருமாறு:

பாடும் திறத்தில் சிறந்தவள்	பாடினி
விறல்பட ஆடும் திறத்திலும், பாடும் திறத்திலும் சிறந்தவள்	விறலி
பாடல் இசைப்பவர்	இயவர்
கூத்தாடுபவர், ஆடுகளம் அமைத்து ஆடுபவர் (நாடகக் கலைஞர்)	கூத்தர்
வயிர் எனும் சங்கு போன்ற ஓர் இசைக் கருவியை இசைப்போர்	வயிரியர்
ஏர்க்களத்திலும், போர்க்களத்திலும் பாடுவதுடன் ஒருவர் போலப் பொருந்த வேடமிட்டு ஆடிப் பாடுவதுடன் அரசவையில் பறையினை முழக்கும் கலைஞர். யாழிசைப்பர், தடாரி கொட்டுவர்	பொருநர்
கொம்புக் கருவிகளை (கோடு - விலங்கின் கொம்பு) இசைப்பவர்கள். கொம்பினையும், நரம்புக் கருவிகளையும், தோற் கருவிகளையும் இசைப்பவர்கள்	கோடியர்
கிணை என்னும் தோல் கருவியை முழக்குவர். போர்க்களத்தில் நுண்கோலால் கிணைப்பறையை முழக்கி வீரர்களுக்கு எழுச்சியூட்டுவர். விடியல் நேரத்தில் கிணைஞன் கிணையைக் கொட்டிப் பாடுவான். நெல்லறுக்கும்போது முழக்கப்படும் நெல்லரிக்கிணை எனும் ஒருவகைப் பறையை முழக்குபவர் (புறம். 348:1,2)	கிணைஞர்
முதல் தலைமைப் பறைக்கு ஏற்றவாறு துணைப் பறைகளைக் கொட்டுதல் (உழைமைப்பறை – துணையாகக் கொட்டப்படும் பறை) இவை கோத்தவரிக் கூத்தின் குலம் (எ-டு) தலைமைப் பறையினைச் சுற்றி வாங்கி வாசிக்கும் சிறுபறையர்கள் (உழைப்பறையர்கள்) நிற்பார்கள். தலைமைப் பறையன் அடிக்கும் கணக்குமிக்க முழக்கினை வாசிக்க முடியாதவன் வட்டத்திலிருந்து நீக்கப்படுவான். (தமிழ் இசை களஞ். தொகுதி: 4, ப.102)	உழைப் பறையர்கள்

சீறியாழை இசைத்தவர் சிறுபாணர் என்றும், பேரியாழை இசைத்தவர் பெரும்பாணர் என்றும் சில குறிப்புகள் காட்டுகின்றன.

மலைபடுகடாம் காட்டும் கூத்தர்கள்

'மலைபடுகடாம்' எனும் நூலை இயற்றியவர் பெருங்குன்றூர்ப் பெருங் கௌசிகனார். இவர் நன்னன் சேய் நன்னனைப் போற்றிப் பாடியது.

'மலைபடு கடாஅ மாதிரத்து இயம்ப'

(மலைபடு. 348)

என இப்பெயரை நூல் இயற்றிய கௌசிகனாரே வழங்கியுள்ளார்.

மலையில் கேட்கப்படும் இயற்கை ஒலிகளையும், உயிரினங்களின் ஒலிகளையும், அங்கு வாழ்ந்த மக்கள் இசைத்த பல்வேறு இசைக் கருவிகளின் ஒலிகளையும் தெய்வத் தொழுகை ஒலிகளையும் புலவர் கௌசிகனார் தம் நூலில் நெடுக வருணித்துள்ளார். இவ்வகை ஒலிகள் திசை எங்கும் ஒலித்தன என்பதைத் தம் பாடல்கள் பலவற்றில் எடுத்துக் காட்டியுள்ளார்.

தலைவன் நன்னனிடம் பரிசு பெற்ற கூத்தன் ஒருவன், தனக்கு எதிர்ப்பட்ட வறிய, கூத்தனொருவனை நன்னனிடம் ஆற்றுப்படுத்தியமையால் 'கூத்தராற்றுப்படை' என்ற பெயரும் இந்நூலுக்கு வழங்கப்பட்டது.

'பண் அமைத்த முழவு (3 ஆம் நூற்) ஆகுளி (3), பாண்டில் (4), தூம்பு (7), தீங்குழல் (8), அரிக்குரல், தட்டை (9), எல்லரி (10), பதலை (11), பேரியாழ் (38), பாணர் ஒக்கல் ஆரவாரம் (50), கடும் பறைக் கோடியர் (236), பாடின் அருவி (278), மான்தோல் சிறுபறை (321), குறவரும் பெண்டிரும் பெரும் குரவை (322), ஒலிகழைத் தட்டை (328), கிளிகடி மகளிர்,

விளிபடு பூசல் (329), மகளிர் இசைபடுவள்ளை (342), பன்றிப்பறை (344), குரவை குரல் விறலியர் குறிஞ்சி பாடி (359), தலைக்கோல் (370), இன்னிசை நல்யாழ் (381), மண்ணார் முழவு (382), பண்ணுப் பெயர்ப்பு (533), முழவுக் கண் இகுப்பு (532), மருதம் பண்ணிய (533), சீறியாழ் (534), கடவுட் பழிச்ச (539), விருந்திற் பாணி (539).

இத்துணை இசைக்குறிப்புகள் நிறைந்துள்ளன. இவற்றுள் பண்ணுப்பெயர்த்தல், முழவின் தலைக்கோல், குறிஞ்சிப்பண், மருதப்பண், செவ்வழிப்பண், வழிபாட்டுப்பண்கள், யாழின் உறுப்புகள், பல்பறைகள் முதலியன சிறப்பான இசைக் கொடைகள். (தமிழிசை கலை. களஞ். தொகுதி-4, ப.26).

கலைஞர்கள் இசைக் கருவிகளைக் கட்டித் தம் தோளில் சுமந்துகொண்டு வள்ளலை நாடிச் செல்வதைப் பல சங்கப்பாடல்கள் காட்டுகின்றன.

'விண் அதிர் இமிழ் இசை கடுப்ப, பண் அமைத்து
திண் வார் விசித்த முழவொடு, ஆகுளி,
நுண் உருக்கு உற்ற விளங்கு அடர்ப் பாண்டில்,
மின் இரும் பீலி அணிந்த தழைக் கோட்டோடு,

(மலைபடு. 5)

கண் இடை விடுத்த களிற்று உயிர்த் தூம்பின்,
இளிப் பயிர் இமிரும் குறும் பரம் தூம்பொடு,
விளிப்பது கவரும் தீம் குழல் துதைஇ,
நடுவு நின்று இசைக்கும் அரிக் குரல் தட்டை,
கடி கவர்பு ஒலிக்கும் வல் வாய் எல்லரி,
நொடி தரு பாணிய பதலையும், பிறவும்.

(மலைபடு. 10)

என்று இவ்விசைக் கருவிகளின் இசையைச் சிறப்பாக காட்டியுள்ளார் புலவர் பெரும்குன்றூர்ப் பெரும் கௌசிகனார்.

மாங்குடிகிழார் என்னும் புலவர் ஒரு நிலத்தின் மிகச் சிறப்பானவற்றைப் புறநானூற்றுப் பாடல் ஒன்றில் குறிப்பிடுகிறார். இந்தப் பாடலிலேயே தமிழரின் வாழ்வியலை மிகச் சுருக்கமாக, தெளிவாகக் குறிப்பிடும் புலவர் மாங்குடிகிழாரின் ஆற்றலை அறியலாம்.

‘அடலருந் துப்பின் … …
… … குருந்தே முல்லை யென்று
இந்நான்கல்லாது பூவும் இல்லை;
கருங்கால் வரகே, இருங்கதிர்த் திணையே.
சிறு கொடிக் கொள்ளே. பொறிகிளர்
அவரையொடு
இந்நான்கல்லது உணாவும் இல்லை;
துடியன், பாணன், பறையன், கடம்பன் என்று
இந்நான் கல்லது குடியும் இல்லை;
ஒன்னாத் தெவ்வர் முன்னின்று விலங்கி,
ஒளிறு ஏந்து மருப்பின் களிறு எறிந்து
வீழ்ந்தெனக்
கல்லே பரவின் அல்லது
நெல்வகுத்துப் பரவும் கடவுளும் இலவே’.[5]

(புறம்.335)

இப்பாடலின் பொருள்: குருந்து (குறிஞ்சி), முல்லை, மருதம், நெய்தல் என்னும் நான்கு பூக்களைத் தவிர வாழ்வியல் திணையைக் குறிக்கும் பூக்கள் இல்லை. வரகு, திணை, கொள், அவரை என்னும் நான்கு அல்லாத வேறு உணவுப் பொருள் அந்த மூதில் குடிக்கு இல்லை. துடியன், பாணன், பறையன், கடம்பன் என்னும் நான்கு இனக்குடிமக்கள் அல்லாது அந்த மூதில் மக்களுக்கு உறவினர் வேறு குடிமக்கள் இல்லை. இப்படி எல்லாம் நான்கு வகைப்பட்டதாக இருக்கும்போது அவர்களுக்குக் கடவுள் மட்டும் ஒன்றே. அந்த ஒன்றும் நடுகல். வாளேந்திப்

5 புறநானூறு, (பதி) உ.வே.சா. தமிழ்ப் பல்கலைக்கழகம், தஞ்சாவூர், பதி. 1985, பக். 510.

போர்க்களம் சென்று பகையரசரின் களிற்றை வீழ்த்திவிட்டு மாண்டுபோனவனுக்கு நடப்பட்ட கல் அது. அதற்கு அவர்கள் பூவைப் போட்டுப் பூசை செய்வது போல நெல்லை ஒவ்வொன்றாகப் போட்டு பூசை செய்வர்.''[6]

துடியன், பாணன், பறையன், கடம்பன் ஆகிய நான்கு இனக்குடிமக்கள் இசைவாணர்களாகப் பிற மக்களுடன் உறவுக்காரர்களாக, தொடர்புகொண்டவர்களாக, சிறப்புக் குரியவர்களாக, பெருமைக்குரியவர்களாகக் கருதப்படுவதாகப் புலவர் மாங்குடிகிழார் எனும் இப்புறநானூற்றுப் புலவர் குறிப்பிடுகிறார். தமிழரின் மலர்ச் சிறப்பு, உணவுச் சிறப்பு, இனக்குடிமக்கள் சிறப்பு ஆகிய அனைத்தும் நான்கு பொருளாகக் குறிப்பிடும் புலவர் தமிழர்களுக்கு வழிபாட்டுச் சிறப்பு என மாவீரரைப் போற்றும் நடுகல் ஒன்றே கடவுள், வேறு கடவுள் இல்லை எனக் கூறும் இப்பாடல் தமிழரின் வாழ்வியல் சிறப்பினை இன்றையத் தமிழர் அறிந்துகொள்ளும் வண்ணம் வரலாற்றையே உள்ளடக்கிய பாடலாக இதனைச் சுட்டிக்காட்டலாம்.

சிறந்த இசை அறிவும், திறமையும் மிக்க இக்கலைஞர்கள் மன்னர்களையும், செல்வந்தர்களையும் சார்ந்து வாழ்வதாக, வறுமையில் வாடியவர்களாக, ஓரிடத்தில் நிலையாக வாழுகின்ற தன்மையற்றவர்களாக, வாழ்ந்தார்கள் என்பது அவலம்தானே! எல்லா வளங்களும் நிறைந்த தமிழ் நிலத்தில் கலைஞர்களின் வாழ்க்கை, போராட்டத்திற்குரியதாக இருந்ததைச் சங்கப் பாடல்கள் மூலம் அறியலாம்.

தமிழரின் இசையறிவைக் காட்டும் இசை நூல்கள்

மனிதனின் இதயத்தை ஈர்ப்பதும், இசையவைப்பதும் இசை. செவி வழிக்கேட்டு இன்புற்று, இதயத்தை இசைய/ பொருந்த வைக்கின்ற இனிய ஒலிகள் 'இசை' எனக்

6 மேற்படி

குறிப்பிடுகின்றோம். இவ்வொலிகள் செவியை மட்டும் எட்டி இதயத்தை இசைவிக்காமல் போனால் அதை 'ஓசை' என்று கூறுவோம். மனிதன் தன் குரலால், நாவால் எழுப்பிய ஓசை, காலம் செல்லச் செல்ல இசையாக வளர்ச்சி அடைந்திருக்கும் என்பதை எல்லோரும் அறிவர். பின்னாளில் மனித முன்னேற்றத்திற்கு ஏற்ப அவன் கண்டறிந்த இசைக் கருவிகள் மூலம் மேலும் மேலும் மெருகூட்டி அதை ஒரு மாபெரும் கலையாக வளர்த்தெடுத்த வரலாறு தமிழர்களின் இசை பற்றிய பதிவுகள் காட்டுகின்றன.

எம்.எம்.எஸ். மகேந்திரன் ('யாழ்ப்பாணப் பல்கலைக்கழகம், இராமநாதன் நுண்கலைக் கழகம், நடனத்துறையில் மிருதங்க விரிவுரையாளர்') 'தமிழர் முழவியல்' எனும் மிகச் சிறப்பான ஓர் அரிய ஆய்வு நூலை 1999 ஆம் ஆண்டு தம் துறை மூலம் வெளியிட்டுள்ளார். அதில் தமிழ் இசை மரபு, இசைக் கருவிகள், இசைநூல்கள் குறித்த பல நுணுக்கமான அல்லது நாம் இதுவரை அறிந்திராத பல செய்திகளை வழங்கியுள்ளார்.

அவற்றுள் சிலவற்றை இங்கு எடுத்துக்காட்டுவது வருங்காலத் தமிழர் பலரும் அறிந்துகொள்ள வாய்ப்பாகும்.

'தமிழ்க் கலைஞர்கள் இதுவரை பாடிவந்துள்ள நாட்டார் தமிழ் இசைப் பாட்டு வகைகளைச் சேர்ந்த சிலவற்றின் பெயர்கள் பின்வருமாறு:

அக்கைச்சி, அச்சோ, அப்பூச்சி, அம்மானை, ஆற்றுவரி, இம்பில், உந்தியார், ஊசல், எம்பாவை, கப்பற்பாட்டு, கழல், கந்துகவரி, காக்கை, காளம், கானல்வரி, கிளிப்பாட்டு, குணலை, குதம்பை, குயில்குரவை, குறத்திப் பாட்டு, கூடல், கொச்சகச் சார்த்து, கோத்தும்பி, கோழிப்பாட்டு, சங்கு, சாயல்வரி, சார்த்துவரி, சாழல், செம்போத்து, தச்சராண்டு, தச்சாண்டி, தாலாட்டு, திணைநிலைவரி, திருவங்கமாலை, திருவந்திக்

காப்பு, தெள்ளேணம், தோளேக்கம், நிலைவரி, நையாண்டி, பகவதி, படைப்புவரி, பந்து, பல்லாண்டு, பள்ளியெழுச்சி, பாம்பாட்டி பிடாரன், பொற்சுண்ணம், மயங்குதிணை நிலைவரி, முகச்சார்த்து, முகமில்வரி, முகவரி, மூரிச்சார்த்து முதலியன.

மற்றும் நாடோடி இசைப்பாடல்கள், கற்றவரும் கல்லாதவரும் என மக்கள் யாவரும் ஒருங்கே கேட்டு அனுபவிக்கும் தன்மையுடையன. உழவுப் பாட்டு, ஓடப்பாட்டு, பூசாரிப்பாட்டு, நலங்கு ஆரத்தி, ஊஞ்சல், புதிர்ப்பாட்டு, பழமொழிப்பாட்டு, கோமாளிப்பாட்டு, ஏற்றப்பாட்டு, இறவைப் பாட்டு, காவடிப்பாட்டு, கப்பற்பாட்டு, படைஎழுச்சி, பள்ளி எழுச்சி, தாலாட்டு, கல்லுளிப்பாட்டு, கவனெறிப்பாட்டு, பாவைப்பாட்டு, வைகறைப்பாட்டு, மறத்தியர், குறத்தியர் பாட்டுகள், பள்ளுப்பாட்டு, பலகடைப்பாட்டு, வள்ளைப் பாட்டு, பிள்ளைப்பாட்டு, கறத்தற்காயர் திறத்துறைப்பாட்டு, பொருந வேந்தர் விருதுப்பாட்டு என எண்ணிலடங்கா நாடோடிப் பாடல்கள் உள்ளன என்று ந.வி.மு. நவரத்தினம் ‘தமிழ் இசைக்கருவூலம்’ எனும் நூலில் குறிப்பிடுதல் காணலாம். இவையன்றிச் சித்தர் பாடல்களில் வழங்கும் பலவகை இசைப்பாட்டுகளும், சிந்து, நொண்டிச் சிந்து முதலியவையும், கும்மி, கோலாட்டம் முதலியவையும் பலவகையான கண்ணிகளும், ஆனந்தக்களிப்பு, கீர்த்தனங்கள் முதலிய பலவும், இசைப்பாட்டுகளைச் சேர்ந்தனவே என்று உ.வே. சாமிநாதையர் ‘சங்கத் தமிழும் பிற்காலத் தமிழும்’ எனும் நூலில் குறிப்பிடுதல் காணலாம்.”[7] எனத் தமிழரின் இசை மரபு எவ்வளவு வளமிக்கது என்பதைத் தமது நூலில் எம்.எம்.எஸ். மகேந்திரன் எடுத்துக்காட்டியுள்ளார். தம் எண்ணங்களை, உணர்ச்சிகளை, மனத்தில் நினைத்ததை உடனே மற்றவர்களுக்கு எடுத்துரைக்கும் ஆற்றலையும்,

7 தமிழர் முழவியல், எம்.எம்.எஸ். மகேந்திரன், யாழ்ப்பாணப் பல்கலைக்கழகம், பதி. 1999, பக். 4.

இசைக் கருவிகளின் மூலம் அதை வெளிப்படுத்துகின்ற இசை நுணுக்கத்தையும், இசை அறிவையும் தமிழர்கள் பெற்றிருந்தார்கள் என்பதற்கு இவையெல்லாம் சான்றுகளாகின்றன.

தமிழரின் வாழ்வின் ஒவ்வொரு வாழ்க்கை நிகழ்ச்சியிலும் இசையும் இன்பமும் பாலும் சுவையும் போல இரண்டறக் கலந்து நிற்பதனைக் காணலாம்.

இசைத்தமிழுக்கு இலக்கண நூல்கள் பல இருந்தன என்பதைச் சிலப்பதிகார உரையாசிரியரான அடியார்க்கு நல்லார் வாயிலாக அறிந்துகொள்ளலாம்.

1. சிலப்பதிகாரம் விளக்கத்திற்குக் குறிப்புகளாக அடியாருக்கு நல்லார் பயன்படுத்திய நூல்கள்: 1. இசை நுணுக்கம் - சிகண்டி முனிவர் இயற்றியது 2. இந்திர காளியம் - யாமலேந்திரர் இயற்றியது 3. பஞ்சமரபு - அறிவனார் இயற்றியது 4. பரத சேனாபதீயம் - ஆதிவாயிலார் இயற்றியது 5. நாடகத் தமிழ்நூல் - மதிவாண பாண்டியன் இயற்றியது.

2. அடியார்க்கு நல்லார் காலத்தில் சில சூத்திரங்களுடன் மறையாதிருந்த நூல்கள்: 1. முறுவல், 2. குணநூல், 3. சயந்தம், 4. செயிற்றியம்.

3. அடியார்க்கு நல்லார் காலத்திலேயே முற்றிலும் மறைந்துவிட்ட நூல்கள்: 1. அகத்தியம், சிற்றகத்தியம், பேரகத்தியம், 2. குருகு, 3. கூத்த நூல், 4. தாளவகையோத்து, 5. பஞ்சபாரதீயம், 6. பெருங்குருகு அல்லது முதுகுருகு, 7. பெருநாரை அல்லது முதுநாரை[8].

---

8 தமிழர் முழவியல், எம்.எம்.எஸ். மகேந்திரன், யாழ்ப்பாணப் பல்கலைக்கழகம், பதி. 1999, பக். 4–5.

திவாகரம், பிங்கலந்தை, சூடாமணி ஆகிய நிகண்டுகளிலிருந்து தமிழ் இசையைப் பற்றி ஏராளமான பயனுள்ள விவரங்கள் கிடைக்கின்றன. மேலும் இளங்கோவடிகள் இயற்றியுள்ள *சிலப்பதிகாரம்* கி.பி. 2000 ஆண்டுகளுக்கு முன்பு தமிழரிடையே நிலவிய இசை, யாழ், குழல், முழவு ஆகிய இசைக் கருவிகள் நடனம், அபிநயம், ஆகிய கலைகளின் நுட்பம், இலக்கணம் ஆகியவற்றைப் பற்றி மிகவும் நுணுக்கமான செய்திகளை வழங்குகிறது. இவை யாவும் தமிழர் இசை மரபு உலகில் முதன்முதலாகத் தோன்றிய இசை மரபு என்பதைக் காட்டுவதற்குப் போதுமான சான்றுகளாகும்.

உலக முதன்மொழி தமிழ் என்பதை உணர்த்திய பேரறிஞர் தேவநேயப் பாவாணர் தமிழர் இசை மரபின் தொன்மையை எடுத்துக்காட்டியுள்ளார். தமிழ் இசைக்குரிய நூல்கள் இவ்வளவு இருந்தும் இன்றளவில் நம் பார்வைக்குக் கிட்டாதவையாக மறைந்துபோயின என்பது நமக்கு ஏற்பட்ட மாபெரும் இழப்பு என்பதை உணருவோம்.

மேற்குறிப்பிட்ட பட்டியலில் அறிவனார் இயற்றிய 'பஞ்சமரபு' எனும் நூல் இன்றளவில் காணக்கூடியதாக ஒரு சில நூலகங்களில் மட்டும் இடம்பெற்றுள்ளது. சிந்துவெளி நாகரிகத் தமிழ் மக்கள் பழங்காலந்தொட்டே இசைக் கலையிலும், பலவகையான இசைக் கருவிகளை உருவாக்கி, அவற்றை இயக்குவதிலும் வல்லவர்களாகத் திகழ்ந்தனர் என்பதற்குச் சான்றாக 10,000 ஆண்டுகளுக்கு முற்பட்ட சிந்துவெளி நாகரிகத்தில் கண்டெடுக்கப்பட்டுள்ள பல கலைப் பொருட்களைக் குறிப்பிடலாம். 'சிந்துவெளியின் பழந்தமிழரின் நரம்பிசைக் கருவியாகிய யாழின் உருவம் பொறிக்கப்பட்டுள்ள முத்திரை ஒன்றும், தோற்கருவியாகிய முழவின் உருவம் பொறிக்கப்பட்டுள்ள முத்திரைகள் இரண்டும், கழுத்தில் தவில் போன்ற தோற் கருவி கட்டப்பட்டுள்ள களிமண்ணால் செய்யப்பட்ட ஆண் உருவம் ஒன்றும் இப்பொழுது ஊதினாலும் ஏழு

சுரங்களில் இன்னிசை யெழுப்பும் ஊது குழலும், தாளத்துக்கெனப் பயன்படுத்தப்பட்ட கஞ்சக் கருவிகளும் கண்டெடுக்கப்பட்டுள்ளன.[9]

இச்சான்றுகள் மூலம் தமிழரின் இசையறிவையும், வாழ்வியலையும், தொன்மையையும் காணும்பொழுது இந்தியா முழுமையும் தமிழர் அல்லது திராவிடர் நாகரிகம் இருந்துவந்துள்ளதைத் தெளிவாக அறியலாம். இசை மரபில் கோலோச்சிய தமிழிசையை மழுங்கடிப்பதற்குக் காரணமாக இருந்தவர் வடமொழியில் 'சங்கீத ரத்னாகரம்' எனும் நூலை இயற்றிய சாரங்க தேவர் என்பவர் முதன்மையானவர் எனக் குறிப்பிட்டுள்ளனர்.

'தமிழிசை மழுங்கடிக்கப்படுவதற்குக் காரணமாய் இருந்தவர்களுள் சாரங்க தேவர் என்பவர் முதன்மையானவர்; இவரே தமிழ் இசையின் கசனியாவார். இவர் காஷ்மீர் தேசத்தில் பிறந்து வளர்ந்து தென்னாடெங்கும் சுற்றி இசை பயின்று தக்கணத்திலுள்ள தேவகிரியை ஆண்ட யாதவ அரசர் சபையில் ஆஸ்தான வித்வானாகப் பெருமையைப் பெற்றுத் தென்னிந்தியாவில் நிலவிய தமிழிசை முறைகள் பலவற்றையும் ஆராய்ந்து கி.பி. 13 வது நூற்றாண்டில் தன்னகப்படுத்திக்கொண்ட நிலையில் '*சங்கீத ரத்னாகரம்*' என்னும் வடமொழி நூலை இயற்றி அதில் தமிழர் இசையில் இலக்கண முறைகள் பலவற்றிற்கும் வடமொழியில் பெயர் கொடுத்து அடியோடு மாற்றம் செய்து இன்றைய கர்நாடக இசைக்கு முதன்மையான இசை நூல் '*சங்கீத ரத்னாகரம்*' தான் என்பது விளங்கும்படி செய்து இசையுலகில் நிலைநிறுத்திவிட்டவர் இவரே. இந்தியாவின் சுதந்திரத்திற்குப் பின்னர் தமிழுணர்ச்சி மிக்க சிலர் வழக்கில் இருந்த 'கர்நாடக இசை' என்ற பெயரை நீக்கி 'தமிழிசை' என்ற பெயரை வழக்கில் கொணர்ந்தனர்'.[10]

---

9 தமிழர் முழவியல், எம்.எம்.எஸ். மகேந்திரன், யாழ்ப்பாணப் பல்கலைக்கழகம், பதி. 1999, பக். 6.

10 மேற்படி, பக். 6.

பறைநிலை:

பறைநிலை ஒரு வகைச் சிறு நூல் எனக் கலைக்களஞ்சியக் குறிப்புக் காட்டுகின்றது. ஆனால் இந்நூலைப் பற்றிய விரிவான செய்திகளோ அல்லது இத்தகைய நூலையோ நாம் காண முடியவில்லை. 'அரசர்கட்கு முடிபுனை விழாவிலும், கடவுளர் விழாவிலும் நாடும் நகரமும் நலம் பெற வேண்டுமென இயம்பி வரும் நெறியை வஞ்சிப்பாவில் அமைத்துப்பாடுவது. இந்நூலிணக்கணம், பன்னிருபாட்டியலில் மட்டும் உள்ளது (211) வள்ளுவர்கள் மேற்கூறிய இருவிழாக்களிலும் யானை மீதமர்ந்து, பறையறைந்து, அரசரைக் கடவுள் காக்க வேண்டுன்று வாழ்த்துவதைப் பாடுவதாக இருக்கலாம்" (கலைக்களஞ்சியம், தொகுதி ஏழு, தமிழ் வளர்ச்சிக் கழகம், சென்னை, மு.ப. 1960. ப. 53) எனக் குறிப்பிடப்படுகின்றது.

பஞ்சமரபு - இசைத் தமிழ் நூல்

சிலப்பதிகாரத்தில் புகார்க் காண்டத்தில் அரங்கேற்றுக் காதையில் 'தாழ் குரற்றண்ணுமை' (8:27) என்ற வரியின் உரையில் அடியார்க்கு நல்லார் பல்வேறுபட்ட தோற்கருவிகளைக் குறிப்பிட்டு அக்கருவிகளின் வடிவம், செய்திறன், பயன்படுத்தும் முறை ஆகியவற்றைக் குறிப்பிடுவது இன்றைய இசை அறிஞர்களுக்கும், இசை ஆய்வாளர்களுக்கும் மிகப்பெரும் பண்பாட்டுக் கருவூலமாகத் திகழ்கிறது. அத்து। ன் இன்றளவில் நமக்குக் கிடைக்கப்பெறுகின்ற அறிவனார் எனும் தமிழ்ப் புலவர் இயற்றிய 'பஞ்சமரபு' எனும் இசைநூல் பெரும் வழிகாட்டியாகத் திகழ்கிறது.

பஞ்சமரபு எனும் சிறந்த இசைத் தமிழ்நூல் மதுரைப் புலவர்களின் கடைத் தமிழ்ச் சங்க நூலாக அறிஞர்கள் குறிப்பிடுகின்றனர். சேறையூர் அறிவனார் எனும் தமிழ்ப்புலவர் இயற்றிய 'பஞ்சமரபு' எனும் இசைத் தமிழ்நூல் சிலப்பதிகார உரையாசிரியர் அடியார்க்கு நல்லார்

உரை மூலம் பலரும் அறிய வாய்ப்பாக அமைந்தது. இப்பழந்தமிழ் நூலைச் சேலம் வேலம்பாளையம் வே.ரா. தெய்வ சிகாமணிப் புலவர் எனும் தமிழ்ப் பற்றாளர் இந்நூலைப் பாதுகாத்து வெளியிட்டுள்ளார். இந்நூலைப் பற்றி இசையறிஞர்கள் பலரும், இசைத்துறையில் ஈடுபடும் ஆய்வாளர்கள் பலரும் பல கட்டுரைகளும் நூல்களும் தற்காலத்தில் எழுதி வருகின்றனர். சான்றாக இசைத் தமிழறிஞர் முனைவர் வீ.ப.கா. சுந்தரம் இந்நூல் குறித்து 'பஞ்சமரபு சங்ககால இசைநூல்' எனும் கட்டுரை, இவர் வழங்கிய இசைக் கலைக் களஞ்சியம் தொகுதிகள் மற்றும் தஞ்சைத் தமிழ்ப் பல்கலைக்கழகம் இசைத்துறைப் பேராசிரியர் முனைவர் பொ.சா.லோச்சன் என்கிற அங்கயற்கண்ணி வழங்கிய 'பஞ்சமரபில் இசைமரபு' எனும் நூல், தஞ்சைத் தமிழ்ப் பல்கலைக்கழகம் நடத்திய 'பஞ்சமரபு' - நூல் திறனாய்வுக் கருத்தரங்கு எனப் பல்வேறு முறைகளில் இந்த அரிய நூல் பேசப்படுகிறது; பல நிலைகளில் பதிவு செய்யப்படுகின்றது.

'பஞ்சமரபு, இசையியல் வறுமையைப் போக்குகிறது. இஃது ஓர் இசையியல் கருவூலம். இஃது ஐந்து மரபுகளைப் பற்றிக் கூறுவது; 1. இசை மரபு (யாழ், குழல், குழல் மரபுகள்), 2. வாச்சிய மரபு, 3. கூத்து மரபு, 4. அபிநய மரபு, 5. தாள மரபு என ஐந்து மரபு முறைகளைக் கூறி விளக்கிச் சொல்வதால் - பஞ்சமரபு எனப் பெயர் பெற்றது; இதற்கு 'ஐந்தொகை மரபு' எனும் பெயருண்டு. இந்நூலை ஆக்கியவர் சேறையூர் அறிவனார். இவர் புகழ்பெற்ற மாபெரும் புலவர், இந்நூல் 240 வெண்பாக்களால் ஆகியது; இப்போது 124 வெண்பாக்களே முதல் பாகத்தில் வெளியாகியுள்ளது. இது கடைச் சங்க காலத்து நூல்"[11] என 'பஞ்சமரபு' சங்க கால இசைநூல் எனும் தலைப்பில் தமிழறிஞர் வீ.பா.கா. சுந்தரம் குறிப்பிட்டுள்ளார்.

---

[11] தமிழிசை வளம், வீ.ப.கா. சுந்தரம், பதிப்புத்துறை, காமராசர் பல்கலைக்கழகம், மதுரை, மு.பதி. 1985, பக். 20-21.

மேலும் மதுரையில் புலவர் கூடல் நிறுவி 'வண்கூடற் கோமான்', 'பாடல் சான்ற இளந்திருமாறன்' எனப் போற்றப்பட்ட மதுரையை ஆண்ட பாண்டிய மன்னன் திருமாறன் முன்னிலையில் பஞ்சமரபு அரங்கேற்றம் பெற்றுள்ளது. ஆகையால் இது கி.மு. 2 முதல் கி.பி. 2 ஆம் நூற்றாண்டுக்கிடைப்பட்ட நூல் என்பதைச் சான்றுகளுடன் இப்பகுதியில் இவர் குறிப்பிட்டுள்ளார்.

இதன் மூலம் தமிழர் முதன்முதலில் பயன்படுத்திய தோற்கருவி எத்தனை வடிவ மாற்றங்கள், ஒலி மாற்றங்கள் பெற்று அவை பல்வேறு பெயர்களால் அழைக்கப்பட்டுப் பயன்பாட்டில் இருந்துவந்தது என்பதை இன்றைய தலைமுறையினர் அறிந்து கொள்ள முடியும். பஞ்சமரபு இசைக் கருவிகள், இசைப்பு முறைகள் குறித்து விரிவாகக் காட்டும் ஓர் அரிய நூலாகும்.

இசைக் கருவிகள் எந்தெந்த மரங்களிலிருந்து எப்படிச் செய்யவேண்டும் என்பதைக் குறிப்பிடும்பொழுது, 'கருங்காலி, செங்காலி, வேம்பு, பலா, கஞ்சம் (உலோகம்), குரவம், மண் ஆகிய இவை முழவுகள் செய்வதற்குத் தகுதி வாய்ந்தவை (இவற்றுள் கஞ்சம் என்ற வெண்கலத்தையும் மண்ணையும் சேர்த்துக் கூறியுள்ளனர்)

மேற்கூறியவற்றில்
'கஞ்சத்தால் செய்யும் கருவிகள் உத்தமமானவை
மரத்தால் செய்யும் கருவிகள் மத்திமமானவை.
மண்ணால் செய்யும் கருவிகள் அதமமானவை.'

இம்மரங்கள் வடுபடாமல், பொத்துப்படாமல், சாவாமல், மூவாமல், இளமையின்றி நடுவயதினவாய், உயர்ந்த சமதளமான நிலத்தில் உள்ள மரங்களே முழவுகள் செய்யத் தகுந்தவை.

இவற்றுள்,

"கஞ்சத்தால் செய்யப்படுவது குடமுழவம்

கருங்காலி மரத்தால் செய்யப்படுவது இடக்கை
செங்காலி மரத்தால் செய்யப்படுவது சல்லி
வேப்ப மரத்தால் செய்யப்படுவது மத்தளம்
பலா மரத்தால் செய்யப்படுவது கரடிகை
குரா மரத்தால் செய்யப்படுவது பேரிகை
சல்லி இடக்கை ஒழிந்த மற்ற கருவிகளெல்லாம்
இவை ஒன்று பெறாத காலத்து மண்ணாற் செய்வது
உத்தமம் ”[12]

என்று இசைக் கருவிகளான தோற்கருவிகளின் வகைகள் குறிப்பிடப்படுகின்றன. குறிப்பாகப் பறையிலிருந்து ஒலி அளவால் வடிவத்தால், அடிக்கும் முறைகளால் வேறுபட்டு விளங்கும் இம்முழவுக் கருவிகள் எப்படி இருந்தன; எப்படி இருக்கவேண்டும் என்பதைத் தமிழ் இசைக் கலைஞர்கள் ஓர் இசை இலக்கணமாக வகுத்துக் கொடுத்துள்ளனர் என்பது பஞ்சமரபு - இசைத்தமிழ் நூல் மூலம் எடுத்துக்காட்டப்படுகின்றது. பஞ்சமரபு எனும் நூலில் குறிப்பிட்ட முழவு மரபில் இடம்பெற்ற பறை குறித்துக் கூறும்போது 1. பெயராவது, 2. முறைமையாவது, 3. பிண்டமாவது, 4. பேரெழுத்தாவது எனப் பகுத்துக் கூறியுள்ளார்.

“இயங்கள் முழங்கின என்று சொல்லும் போது, பல பேராசிரியர்கள் அதிகமான இசைக்கருவிகளை அடுக்கிச் சொல்வதை ஒரு மரபாகக் கொண்டிருக்கிறார்கள். அக்கருவிகள் பறைவகையே (தோற்கருவி) அதிகமாயிருக்கும். கந்தபுராணம் (14 ஆம் நூற்றாண்டு) ஆசிரியரான கச்சியப்ப சிவாசாரியர் தம் நூலுள் பலவான இங்களில் 19 கருவிகளை அடுக்கிச் சொல்கிறார். ஓரிடம் பின்வருமாறு:

தொண்டகம் துடியே பம்பை தூரியம் முருடு சேளடு திண்டிறற் படகம் மொந்தை திமிலையே தடாரி தக்கை

12 பஞ்சமரபு – இசைத்தமிழ் நூல், அறிவனார், (பதி) வே.ரா. தெய்வ சிகாமணிக் கவுண்டர், வேலம்பாளையம், இ.பதி. 1975.

கண்டை ஆகுளியே பீலி காகளம் உடுக்கை பேழ்வாய்
கொண்டதோர் பதலை சங்கம் குடமுழா இயம்பிற்றம்மா"
(4.4.20) எனக் குறிப்பிட்டுள்ளது ஒரு சான்றாகும்.

பறை வகைகள்

1. வன்மைக் கருவியில் பறைவகை
2. மென்மைக் கருவியில் பறைவகை
3. சமக் கருவியில் பறைவகை
4. தலைக் கருவியில் பறைவகை
5. இடைக் கருவியில் பறைவகை
6. கடைக் கருவியில் பறைவகை
7. வீரக் கருவியில் பறைவகை

என இதன் வகைகள் குறித்துப் பறை - இசைக் கருவி - ஓர் ஆய்வு எனும் எனது முந்தைய நூலில் குறிப்பிடப்பட்டுள்ளன. *(பார்க்க பக். 34-38.)*

இசை, முழவு, தாளம், கூத்து, அவிநயம் என்னும் ஐந்திணையும் கூறுவது பஞ்சமரபு. இதில் தோல், துளை, நரம்பு, கஞ்சம், மிடறு என்னும் ஐந்திடங்களில் தோன்றும் இசைக் கருவிகளின் இலக்கணம் பெயர்கள், அமைதிகள், அவற்றிற்குரிய கடவுளர் பெயர்கள் 'முழவு மரபு' என்ற பிரிவில் இடம்பெறுகின்றன. தோற்கருவிகளின் உருவம் பற்றி, 'பிண்ட மரபில்' இடம்பெறுகிறது. தோற்கருவிகளில் வாசிக்கப் பெறும் சொற்கட்டுகளின் முறையும், எழுத்துக்களும், அவற்றின் பெயர்களும் எழுத்து மரபில் இடம்பெறுகின்றன.

தமிழரின் தொன்மை தோற்கருவிகளைப் பெயர், முறைமை, பிண்டம், பேரெழுத்து என்ற நான்கு முறைகளில் வகைப்படுத்தியுள்ளார். இந்த வகைப்பாடுகள் யாவும் ஓசை அல்லது இசை எழுப்பும் ஆதிப் பறையிலிருந்து வளர்ச்சிப் பெற்றுள்ளன. முழவு எனும் பேரொலியைக்

குறிக்கும் சொல் 'பறை'யிலிருந்து பின்னாளில் அனைத்துக் கொட்டு, முழக்குக் கருவிகளுக்கும் பொதுவாகப் பயன்படுத்தப்பட்டுள்ளது. காலப்போக்கில் முழவுக் கருவிகள் அனைத்தும் சமுதாயத்தின் பல பிரிவினர் பயன்படுத்துவதாகவும் 'பறை'யைக் குறிக்கும் ஒரு முகப்பறை, சாப்பறையாக, தீட்டாகக் கருதி ஒதுக்கி, பறை முழக்குவோரைப் பறையர் எனத் தீண்டாதோராக ஒதுக்கும் போக்கு இவ்வரலாற்றில் காணமுடிகிறது. புறநானூற்றில் சிறந்த இசைக் குடிகளாகப் பறை இசைக் கருவியினால் இடம்பெற்ற பறையர், அதே இசைக் கருவி மூலம் இழிவுபடுத்தி அடையாளப்படுத்தி வீழ்த்தப்பட்ட வரலாறு பறை கடந்துவந்த பாதையாகும்.

தொல்தமிழர் பயன்படுத்திய தோற்கருவிகளை, ஏழு வகைப்பாடுகளாகப் பகுத்துள்ளனர். இவற்றுள்ளும் கடைக்கருவி என்னும் பிரிவில் 1. பறை, 2. பாகம், 3. சிறுபறை, 4. அடக்கம் ஆகிய நான்கு விதமான பறைகள் குறிக்கப்படுகின்றன. இவை அதமமான கருவிகள் என்றும் பெயர் பெறுகின்றன.

பலவிதமான பறைகளை முழவு என்றும் குறிப்பிட்டுள்ளனர். எ-டு 'அடியார்க்கு நல்லார் முழவுகள் ஏழு வகைப்படும் என்றார். அவை: 1. அக முழவு, 2. அகப்புற முழவு, 3. புற முழவு, 4. புறப்புற முழவு, 5. பண்ணமை முழவு, 6. நாண் முழவு, 7. காலை முழவு. இவற்றுள் அகமுழவாவன: உத்தமான மத்தளம், சல்லிகை, இடக்கை, கரடிகை, பேரிகை, படகம், குடமுழா என்பன"[13]. இதற்கு மேலும் விளக்கம் தரும் வகையில் பேரா. வீ.ப.கா. சுந்தரம் ஒரு குறிப்புரையும் வழங்கியுள்ளார்.

---

13 தமிழிசைக் கலைக்களஞ்சியம், முதல் தொகுதி, (அ–ஔ–வரிசை), வீ.ப.கா. சுந்தரம், பாரதிதாசன் பல்கலைக்கழகம், திருச்சிராப்பள்ளி, இரண்டாம் பதி. 2006, பக். 11.

குறிப்பு: "அகமுழவு, புறமுழவு என்று பகுத்தல் பெரிதும் பொருத்தமாகும். அகப்புறம் என்றும் புறப்புறம் என்று உரையாசிரியர்கள் பகுத்துள்ளவைகட்கு அவர்கள் விளக்கம் தரவில்லை. எடுத்துக்காட்டுகள் தரவில்லை. இனி அகமுழவு என்பது பண்ணமைத்துச் சுருதி கூட்டி முழக்கத்தக்கதும் மென்மையான இன்னோசையுடையதும் ஆகும். அரங்கிசையில் குரலிசைப் பாடலுக்குப் பக்க கருவியாகப் பயன்படுத்தப்படுவதாகிய கரடிகை மிகப் பெரிய பேரிகை முதலியன புறமுழவுகளாகக் கொள்ளத்தக்கவை. மதங்கம், மத்தளம், சல்லி, குடமுழா முதலியன அகமுழவுகளாகக் கொள்ளத்தக்கவை. தவில் என்பது புற முழவாக இருந்தது; இன்று அகமுழவாகவும் பயன்படுகிறது."[14]

அகப்புற முழவு குறித்து அடியார்க்கு நல்லார் சிலப்பதிகார உரையில், 'கடுமையும் வன்மையும் உடைய ஓசையில் முழக்கப்படும் முழவுகளே அகப்புற முழவுகள். (எ-டு) போர்க்களத்தில் முழக்கப்படும் முழவங்களாகிய வெட்சிப்பறை, நெய்தற்பறை, தக்கை, தகுணிச்சம் முதலியன் வல்லோசை மிக்கவை'[15] என்று குறிப்பிட்டுள்ளார். இதில் எது பொருத்தமானது என்ற விளக்கத்தைப் பேரா. வீ.ப.கா. சுந்தரம் (*தமிழிசைக் கலைக் களஞ்சியம், தொகுதி-1*) வழங்கியுள்ளார்.

குறிப்பு: "அகமுழவு, புறமுழவு என்று இருவகையாகப் பிரிப்பதே பொருத்தமுடையது. தொல்காப்பியர் அகம் என்றும், புறம் என்றுமே பகுத்துள்ளார். பிற்காலத்தார் முறையாக நெறியாகப் பகுக்கவில்லை. புறப்புறம் என்று பகுத்தால் அதற்கேற்பவே; அகத்தகம் என்ற ஒரு பகுப்பும் வேண்டுவது ஆகிவிடும். எனவே பிற்காலத்தாரின் பகுப்புகள் தருக்க நெறிமுறையில் பகுக்கப்பட்டவை

14 மேற்படி. பக். 11.

15 மேற்படி பக். 8

அல்ல"[16] என்ற விளக்கமும் சிந்தனைக்குரியதாகும். அகமுழவு என்பது அரங்கங்களில் வாசிக்கப்படும் கருவிகள். புறமுழவு என்பது வீதிக் கூத்துக்கள், நாடகங்களில் வாசிக்கப்படும் கருவியாகும். தக்கை அகமுழவாகவும், புறமுழவாகவும் பயன்பாட்டில் இருந்துள்ளது என்பதும் இதற்குரிய விளக்கங்களாக அமைகின்றன. *"அகமுழவான: உத்தமமான மத்தளம், சல்லிகை, இடக்கை, கரடிகை, பேரிகை, படகம், குடமுழா என விவை.*

அகப்புற முழவாவன: மத்திமமான தண்ணுமை, தக்கை, தகுணிச்சம் முதலாயின.

புறமுழவாவன: அதமக் கருவியான கணப்பறை முதலாயின.

புறப்புற முழவாவன: நெய்தற்பறை முதலாயின.

பண்ணமை முழவாவன: வீர முழவு நான்கும். அவையாவன: முரசு, நிசாளம், துடுமை, திமிலை யெனவவை.
நாள் முழவாவன: நாட்பறை ஆவது நாழிகைப்பறை.
காலை முழவாவன: முன் துடியென்றது"

தமிழ் இலக்கண வரலாறு எனும் நூலை வழங்கிய மு. அருணாசலம் அகமுழவு, அகப்புற முழவு, புறமுழவு, புறப்புற முழவு, பண்ணமை முழவு ஆகிய வகைகளை இவ்வாறு பகுத்துக் காட்டியுள்ளார். (தமிழ் இலக்கண வரலாறு, மு. அருணாசலம், கடவு பதிப்பகம், பதி.உல. பாலசுப்பிரமணியன், பதி அக். 2009, பக். 149)

"ஓர்த்தது இசைக்கும் பறை போல நின் நெஞ்சத்து
வேட்டதே கண்டாய் கனா"

(கலி. 92.21.)

கலித்தொகையில் தலைவன் கூற்றாகத் தொடங்கும் இப்பாடல்

---

16 மேற்படி. பக். 8

'புன வளர் பூங் கொடி அன்னாய்! கழியக்
கனவு எனப்பட்டது ஓர் காரிகை நீர்த்தே!'[17]

(கலி. 92.1:2.)

'தன் மனத்திலே ஓர்த்த ஓசையைத் தானும் ஒலிக்கும் பறைபோல உன்னுடைய நெஞ்சத்திலே நீ விரும்பிய இன்பத்தையே கனவாகக் கண்டாய் என்றாள்'. இப்பாடலில் 'ஓர்ந்தது இசைக்கும் பறை'. அதாவது 'பறையை அடிக்கின்றவன் மனதில் எண்ணியதை - மனம் நினைத்ததை இசைக்கின்ற பறையைப் போல' என உவமை கூறுவதாக இடம்பெற்றுள்ளது. சங்க காலத்தில் ஒரு மனிதன் தான் சொல்ல நினைத்ததைப் பறை மூலம் அறைந்து பிறருக்குத் தனது கருத்தைத் தெரிவித்துள்ளான் என்பது இதன்மூலம் விளங்கிக் கொள்ளலாம். இதை ஆப்பிரிக்க, நைஜீரியா காடுகளில் வாழும் பழங்குடி இனத்தவர் இன்றளவிலும், பயன்படுத்தி வருகின்றனர் எனச் சமூகவியல் ஆய்வாளர்கள் சுட்டிக் காட்டியுள்ளனர். இதைப் 'பேசும் பறை' (Taking Drum) எனக் குறிப்பிடுகின்றனர். தமிழர்கள் தொல் பழங்குடிகளாக வாழும் காலத்தில் இத்தகைய பறையை இசைத்து வந்துள்ளதைத்தான் காட்டுகிறது. இப்பாடலில் இடம்பெறுகின்ற ஓர்த்தது இசைக்கும் பறை - நினைத்ததை இசைக்கும் பறை.

"நீர்த்து அன்று ஒருவர் நெறி அன்றிக் கொண்டக்கால்
பேர்த்துத் தெருட்டல் பெரியார்க்கும் ஆகாதே
கூர்த்த நுண் கேள்வி அறிவுடையார்க்கு ஆயினும்
ஓர்த்தது இசைக்கும் பறை."

(முன்றுறை அரையனார், பழமொழி. - 37)

பொருள்: ஒழுக்கத்தை அனைவரும் கட்டாயமாக கடைபிடிக்க வேண்டும் என்பதைக் கூறும் இப்பாடல் "பறையானது நாம் எண்ணிய ஓசையையே ஒலிக்கும். அதுபோல நுண்ணறிவு பெற்ற, அறிவு நூல்களைப்

17 மேற்படி. கலித்தொகை, 92:1–2.

படித்தவர்களே ஆயினும் முறை தவறி நடந்தால் அவர்களைத் திருத்த தவத்தினால் பெரியோர்களுக்கும் இயலாது" என்று குறிப்பிடுகின்றது. இதில் ஓர்த்தது இசைக்கும் பறை என்பது பழமொழியாக அமைந்துள்ளதைக் காணலாம்.

(பழமொழி, முன்றுறை அரையனார், உரை: புலியூர்க்கேசிகன், ஸ்ரீ சண்பகா பதிப்பம், பதி. 2010, பக். 25.)

பார்ப்பானுக்கு மூப்பு பறையன்

'பார்ப்பானுக்கு மூப்பு பறையன். கேட்பார் இல்லாமல் கீழ்ச் சாதியானான்' என்னும் சொல்லடை பழங்காலந் தொட்டு மக்களிடையே புழங்கி வருகிறது. இன்றும் தென் தமிழகத்தில் வழங்கி வருகிறது. வருணக் கோட்பாடு காரணமாகத் தோலைப் பதப்படுத்துதல், இறந்த விலங்குகளை அப்புறப்படுத்துதல், தோற்கருவிகள் செய்தல், தோற்கருவிகளை இசைத்தல், கழிவுகளை அப்புறப்படுத்தல், உழவுத் தொழில் செய்தல் எனும் பல்வேறு தொழில்களைச் செய்துவந்த பறையர் இழிந்த சாதியினர் ஆக்கப்பட்டனர் என்பது நாம் அறிந்த உண்மை.

ஆய்வறிஞர் தொ. பரமசிவன், தமிழகத்தின் இத்தொல்குடிகள் குறித்துப் *'பண்பாட்டு அசைவுகள்'* எனும் தம் நூலில் (ப.65) 'தோலைப் பதப்படுத்த தேவைப்படும் மூலப்பொருள் சுண்ணாம்பு ஆகும். சுண்ணாம்பு சேகரித்துக் காளவாசலில் இட்டுச் சுடுகின்ற பறையர் 'சுண்ணாம்பு பறையர்' எனப்பட்டனர். நந்தனார் (திருநாளைப் போவார் நாயனார்) இசைக் கருவிகளுக்கு உரிய 'போர்வைத் தோலும் விசிவாரும்' செய்தவர். எனவே அவர் இசைப் பயிற்சி உடையவராகவே இருத்தல் வேண்டும். பசுவின் வயிற்றில் இருந்து பெறப்படும் கோரோசனையை எடுத்து மருந்து செய்த மருத்துவப் பறையரும் இருந்தனர். சோழப் பேரரசில் பறையர்கள் சிலர் உயர்ந்த பதவிகளில் இருந்தது,

கல்வெட்டுகளால் அறியப்படும் செய்தி. மான்தோல் தவிர்த்த ஏனைய தோல்கள் தீட்டுக்குக் காரணமாகும் என்பது பார்ப்பனரின் வருணக் கோட்பாட்டில் உள்ள வழக்கமாகும்' என்று குறிப்பிட்டுள்ளார்.

'பறை' என்னும் தோற்கருவியின் அடையாளமாக அக்கருவியை இசைத்த 'பறையர்' எனும் இசைக் குடிகள் காலப்போக்கில் வருணாசிரமமாக்கப்பட்ட தமிழ்ச் சமூகத்தில் தாழ்த்தப்பட்ட குடிகளாக்கப்பட்டனர் என்பது வெளிப்படை.

இசுலாமியத் தமிழ்ப் பாணர்

பறையர் கொட்டும் ஒரு முகப்பறையைத் தப்பு, டேப்பு, மேளம், மோளம் என்று கிராமப்புறத்தில் சொல்வது வழக்கம். இசுலாமிய சமூகத்தில் 'பக்கிரிசா' எனப்படும் அன்பர்கள் கையில் ஏந்தி அடிக்கும் இசைக் கருவியை 'டேப்' எனக் குறிப்பிடுகிறோம். இவர்களை 'இசுலாமியப் பாணர்' எனக் குறிப்பிடுகிறார் ஆய்வறிஞர் தொ. பரமசிவன்.

'ஒல்லியான உருவம். முழங்காலுக்குக் கீழே தொங்கும் வெள்ளை ஜிப்பா, வேட்டிக்குப் பதிலாக 'கைலி' எனப்படும் 'சாரம்'. முக்கோண வடிவில் மடித்து இரண்டு தோளிலுமாகத் தொங்கும் துண்டு தலையிலே பெரிய பச்சைத் தலைப்பாகை, கழுத்தில் நெல்லிக்காய் அளவிலான மணிகள் கோத்த குறுமத்தங்காய் மாலை (பெரும்பாலும் இசுலாமிய மூதாட்டிகள் அதனை அணிந்திருப்பார்கள்). சின்ன தாடி, கையிலே 'டேப்' என்னும் இசைக் கருவி. தோளிலே அரிசி வாங்குவதற்கு ஒரு ஜோல்னா பை. காலிலே செருப்பு கிடையாது. டேப்பைக் காதுக்கு நேராக உயர்த்தி அடித்துக்கொண்டு பாட்டு, பெரும்பாலும் 'வரவேணும் எனதாசை மகமூதரே' அல்லது 'நம்பினதற்குக் குணங்குடியான் செய்த ஞாயத்தை என்ன சொல்வேன்'. சின்ன வயதில்

கேட்ட அந்தப் பாட்டுகளின் முடிவுகள் மட்டும் இன்னும் நினைவிலிருக்கின்றன. 'டேப்பை' அடிக்கும் பொழுதைவிட முத்தாய்ப்பு வைத்து நிறுத்தும்போது கேட்கிற ஒலி சின்னவயதில் நிரம்பக் கவர்ச்சியாக இருக்கும். வீட்டுப் பெண்கள் இவரை 'பக்கிரிசா' என்பார்கள். இசுலாமியர் அல்லாதார் வீட்டுக்கும் வந்து அரிசி வாங்கிப் போவதுதான் இவரது தனிச் சிறப்பு. (*பண்பாட்டு அசைவுகள்.* ப. 70)

இந்த இசுலாமியத் தமிழ்ப் பாணர் மரபு தற்காலத்தில் அழிந்துவருவதாகக் குறிப்பிடுகிறார் ஆய்வறிஞர் தொ. பரமசிவன். இவர்களைப் பற்றிய தன் களப்பணி அனுபவத்தின் மூலம் அறிந்த பல செய்திகள் நமக்கு வியப்பளிக்கிறது. இன்னும் அவர்களைப் பற்றித் தெரிந்துகொள்ள வேண்டும் என்ற ஆர்வத்தையும் தூண்டுகின்றது.

'பக்கிரிசாக்கள் பாடும் பாட்டு பெரும்பாலும் குணங்குடி மஸ்தான் பாடல்களாகவோ, தக்கலை பீர்முக்கம்மது வாப்பா பாடல்களாகவோ இருக்கின்றன. கள ஆய்விலிருந்து அவர்கள் பாடும் கதைப் பாடல்களின் பகுதிகள் 'சைத்தூன் கிஸ்ஸா' எனப்படும் கதைப்பாடலிலிருந்து எடுக்கப்பட்டவை என்று தெரிகிறது. இஸ்லாமியத் தமிழ்ச் சிற்றிலக்கியங்களில் 'கிஸ்ஸா'க்களும் (கதைகள்) 'முனாஜாத்'களும் (வாழ்க்கை வரலாற்றுப் பாடல்கள் நிறைய இருக்கின்றன. மத அடிப்படை வாதம் பெருகிவரும் இந்நாளில் பக்கிரிசாக்களைப் புரப்பவர்கள் இல்லை. அதன் விளைவாக இந்த இசுலாமியத் தமிழ்ப் பாணர் மரபு அழிந்து வருகின்றது' (பக். 71) எனக் குறிப்பிடுகிறார்.

இவ்வகையான மனிதர்களை நாமும் அடிக்கடி பார்க்கிறோம். கடைத் தெருக்களில் கடந்துபோகிறோம். அவர்கள் தட்டும் 'தயாரா' டேப் இசை நம் காதாலும் கேட்டிருக்கின்றோம். அந்த இசையை ரசித்திருக்கிறோம்.

ஆனால் அவர்களைப் பற்றி ஒரு நிமிடம் சிந்தித்துப் பார்த்தோமா என்றால் பெரும்பாலும் இல்லை என்பதுதான் நமது பதிலாக இருக்கும். ஆனால் தொ. பரமசிவன் போன்ற ஆய்வறிஞர்கள் இவர்களை நம் மனதிலும், கண்களிலும் கொண்டுவந்து நிறுத்தியமைக்கும் நன்றி சொல்ல வேண்டும்.

◉

இறையும் பறையும்

சங்க காலத் தமிழர்களின் இசை அறிவினைக் காட்டும் சங்க இலக்கியச் சான்றுகள் ஏராளமாக உள்ளன. இவை போன்ற பக்தி இலக்கியங்களிலும் புலவர் பெருமக்கள் இறைவனை நினைந்து, புகழ்ந்து மனமுருகிப் பாடிய பாடல்களிலும், ஏராளமான இசைக் கருவிகள், இசைக் குறிப்புகள், இசை நுணுக்கங்கள் ஆகியன தமிழ் மொழியுடன் இரண்டறக் கலந்துள்ளன. தமிழே இசையாகவும், இசையே தமிழாகவும் இணைந்திருப்பதை அனைவரும் அறிவர். இச்சிறப்புகளைப் பெற்ற பக்தி இலக்கியங்கள் தமிழில் ஏராளம். இவற்றுள் ஒரு சில இலக்கியங்களில் மிகச் சிறப்பாகப் பறை இசை இசைக்கப்படுவதையும், இறைவனால் புகழப்படுவதையும் சிறப்புகள் பல பெறுவதாக ஏராளமானப் பாடல்களை இயற்றியுள்ளனர். அவற்றைத் தனியே பகுத்துக் காட்டும்பொழுது பறை இசையின் முக்கியத்துவத்தை அறிந்துகொள்ளலாம்.

இறையும் பறையும்

தமிழ் இலக்கிய வரலாற்றில் சங்க இலக்கியங்களும், அறநெறி இலக்கியங்களும் மக்கள் வாழ்வியலைப் பதிவு செய்துள்ளன. இறைவனைப் பாடுவது எனும் நோக்கில் சமயம் சார்ந்த பக்தி இலக்கியங்கள் தோன்றின. பழந்தமிழகத்தில் சமயக் கோட்பாடுகள் எதிர் எதிராகச் செயல்பட்டதன் விளைவினால் இந்த மாற்றம் ஏற்பட்டது என்பதை ஆய்வறிஞர்கள் சுட்டிக்காட்டுகின்றனர்.

"தமிழகத்தில் நடைபெற்ற அன்றைய சமயப் போக்கை ஊன்றிக் கவனித்தல் நலம் பயக்கும். பண்டைய தமிழ் மக்கள் கொற்றவை, சிவன், திருமால், முருகன் ஆகிய தெய்வங்களை வணங்கி வந்தனர். கொற்றவை, முருகன் வழிபாடு பெரிதும் பேணப்பட்டது. சிவ வழிபாடு அவ்வளவாகப் பேணப்படவில்லை. சிவன் ஒரு நிலத்துக்கேனும் உரிய தெய்வமாகக் கருதப்படவில்லை என்பது மனங்கொளத் தக்கது. எளிமையான இயற்கையான வழிபாட்டு நெறிகளை ஏற்றுக் கொண்டிருந்த பண்டைத் தமிழர்கள் வைதீக நெறிகளாகிய வேள்வி செய்தல், பலியிடுதல் போன்றவற்றை முதலில் அவ்வளவாகக் கையாளவில்லை. ஆனால் ஆரியர் செல்வாக்கு அதிகமாக அதிகமாக தமிழர் சமயத்தோடு வைதீக சமயமும் கலக்க ஆரம்பித்தது. இரு சமயக் கடவுள்களும் கொள்கைகளும் கலந்தன. தமிழர்களின் இயற்கைத் தெய்வமாகிய வேலன், வைதீக மதத்தின் கார்த்திகேயனாக மாற்றப்பட்டான். வேள்வி செய்தலை வெறுக்கும் தமிழர்களின் தெய்வமான வேலன், கார்த்திகேயனாக மாறிய பிறகு, அந்தணர்களின் வேள்விகளைப் பாதுகாக்கும் தெய்வமாக மாறிவிடுகிறான்." (திருமுருகாற்றுப்படை 32). தமிழ்ச் சிவன் வைதீக உருத்திரனோடு இணைக்கப்பட்டான்.

"தமிழரின் வீரக் கடவுளான கொற்றவை, மலைமகள் இவர்களெல்லாம் பார்வதியின் வெவ்வேறு அம்சங்களாக இணைக்கப்பட்டனர். பார்வதி, சிவனுக்கு மனைவியாக்கப்பட்டாள். கொற்றவையின் மகனான முருகன், சிவன் - பார்வதியின் மகனாக மாறி அதுவரையிலிருந்த நிலையிலிருந்து இறங்கி, சிறு தெய்வமாக ஆக்கப்பட்டான். சிவன், திருமால் எனும் இரு தெய்வங்கள் மட்டும் முக்கியத்துவம் பெறப்பட்டு, இதற்குத் துணையாகப் பல புராணக் கதைகளும் கற்பிக்கப்பட்டன. இதையொட்டி வழிபாட்டு நெறிமுறைகளும் மாறின. வேள்வி செய்தல், பலியிடுதல் போன்ற கடும் நெறிமுறைகளை வைதீகம் கை கழுவிவிட்டது. இவ்வாறு பல காலங்களில்

படிப்படியான மாறுதலுக்கு உள்ளாகி உருப்பெற்ற வைதீக திராவிட சமயம் அக்காலத்திலேயே பக்தி இயக்கமாக வளர்ந்தது. வைதீகமும் திராவிடமும் சேர்ந்து பெற்றெடுத்த இக்கடவுளை 'முத்தமிழும் நான்மறையுமாய்' எண்ணி 'செந்திறந்த தமிழோசை வட சொல்லிலேயே 'பாடிப் பரவினர்''.[1]

இவ்வாறு ஏற்பட்ட மாற்றத்தினால் கி.பி. 7 ஆம் நூற்றாண்டு முதல் தமிழ் இலக்கியப் போக்கிலும், சமுதாயப் போக்கிலும் மிகப் பெரும் திருப்பங்கள் உருவாகின. சமண பௌத்த மதங்களுக்கு எதிராகத் தமிழகத்தில் சிவநெறி, திருமால் நெறியினைப் பாமரர்களிடமும் பரப்பும் நோக்கில் பண் சுமந்த பாடல்களைப் பைந்தமிழ்ச் சுவையுடன் ஆழ்வார்களும், நாயன்மார்களும் இயற்றினர். இறைவனிடத்தில் பற்றுக் கொள்வதால் இவ்வுலக வாழ்வில் துன்பம் நீங்கி, இன்பம் பெறலாம் என்ற கருத்தினை, நம்பிக்கையை மக்களிடையே உருவாக்கினர். கற்பனைகளும், இயற்கைப் புனைவுகளும், இசை மாட்சியும், சமுதாய உணர்வும் இவர்கள் படைப்புகளின் அழகியலாக அமைந்தன. பக்தி இயக்கத்தின் விளைவாகத் தோன்றிய நாயன்மார்களின் திருமுறைகளையும், ஆழ்வார்களின் திவ்வியப் பிரபந்தத்தினையும் ஒருங்கிணைத்துப் பக்தி இலக்கியம் என வழங்கினர். இப்படைப்புகள் தமிழே இசையாகவும், இசையே தமிழாகவும் இரண்டறக் கலந்து இணைந்திருப்பதால், இறை வழிபாட்டிற்குரியனவாக விளங்குகின்றன.

இப்பக்தி இலக்கியங்களில் சமயக் கொள்கைகள், சமய எதிர்ப்புகள், இறைவனின் தோற்றம், புகழ், அருள், தமிழகத்தின் கோயில் சிறப்புகள், ஊர்ச் சிறப்புகள், கற்பனைவளம், தமிழிலக்கண, இலக்கியச் செழுமை,

---

1 மண்ணும் மனித உறவுகளும், கோ. கேசவன், சரவணபாலு பதிப்பகம், விழுப்புரம், பதி. 2001, பக். 107–108.

சொற்சுவை, பொருட்சுவை ஆகிய அனைத்தையும் காணலாம்.

தமிழ்மறை என்று போற்றப்படுகின்ற பன்னிரு திருமுறைகளில் இறைவனை நினைத்து இறைவனின் சிறப்புகளைப் பற்றிப் புகழ்ந்து பக்தியில் திளைத்துத் தன் உணர்வுகளை வெளிப்படுத்திய இப்பாடல்களில் பல்வேறு இசைக் கருவிகள் முழங்க வழிபாடு செய்கின்ற முறைகள் இடம்பெற்றுள்ளன. பன்னிரு திருமுறைகளில் பறை, சங்கு, சிறுகுழல், யாழ், மண்முழவு, மொந்தை, முழவு, துடி, சிலம்பு, சிறுபறை, தொண்டகச் சிறுபறை, கழல், காளம், கிணை, கிண்கிணி, கின்னரம், குடமுழா, ஆகுளி, கொக்கரை, இடக்கை, கொடுகொட்டி, உடுக்கை, கொம்பு, கத்திரிகை, கரதாளம், சல்லரி, சிரந்தை, கல்லவடம், கவிழ், சின்னம், தகுணிச்சம், தக்கை, தடாரி, தட்டழி, தத்தளகம், தண்டு, தண்ணுமை, தமருகம், தாரை, துத்திரி, துந்துபி, தூரியம், திமிலை, நரல்சுரிசங்கு, படகம், பணிலம், பம்பை, பல்லியம், பறண்டை, பாணி, பாண்டில், பிடவம், பேரிகை, மத்தளம், மணி, மருவம், முரசு, முரவம், முருகியம், முருடு, முழவு, வங்கியம், வட்டணை, வயிர், வீணை, வெங்குரல் ஆகிய பல்வேறு இசைக் கருவிகள் இடம்பெற்றுள்ளன. இவற்றுள் ஒரே கருவிக்கு இருவிதமாக அல்லது மூன்று விதமாக வழங்கப்படும் பெயர்கள் இடம்பெறவும் வாய்ப்புகள் உண்டு.

பன்னெடுங்காலமாக இடம்பெற்றுவந்த, இத்தமிழ் இசைக் கருவிகள் பெரும்பாலும், காலப்போக்கில் சிறிதுசிறிதாக மக்களிடையே புழங்குதல் இல்லாமல் மறைந்துபோயின. இதில் பறை, சங்கு, தண்ணுமை (மத்தளம், பம்பை, உடுக்கை, வீணை, மண்முழவு (கடம்), சிறுபறை (கைப்பறை) ஆகிய ஒரு சில கருவிகள் மட்டும் தற்காலத்தில் மக்களிடையே புழக்கத்தில் உள்ளதைக் காணமுடிகிறது. இதில் பறை இசைக் கருவி மட்டும் தீண்டாமையின் அடையாளமாக்கப்பட்டது. பறை

இசைப்போர் தீண்டாதவர்களாக்கப்பட்டார்கள். வேறு எந்த இசைக் கருவிக்கும், வேறு எந்த இசைக் கலைஞர்களுக்கும் இந்த இழிநிலை ஏற்படவில்லை.

சங்க காலத்தில் சிறந்த இசைக்குடிகளாகப் பறைக் கலைஞர்கள் போற்றப்பட்டது முதல் பின்னாளில் இம்மக்களுக்கு ஏற்பட்ட வீழ்ச்சிவரை ஒரு மாபெரும் வரலாறு அடங்கியுள்ளது. இது இசைக் கருவியின் வரலாறாக மட்டும் காணமுடியாது. அதனுடன் சேர்ந்த ஆதித் தமிழர்களின் வரலாறும் அடங்கியுள்ளது. ஒட்டுமொத்த தமிழர்களின் அடையாளமாக, உழைக்கும் மக்களின் அடையாளமாக விளங்கிய இப்பறை இசை சாதி, மத வேறுபாடுகளைக் களைந்து மீண்டும் ஒன்றிணைந்த சங்கத் தமிழராதல் வேண்டும் என்ற நோக்கத்தை முன்வைத்து 'இறையும் பறையும்' எனும் கருப்பொருளில் இங்கு விளக்கிக் காட்டப்படுகிறது.

பக்தி இலக்கியங்களில் குறிப்பாகப் பன்னிரு திருமுறைகளில் சிவனடியார்கள் இறைவனை, சிவபெருமானை இசைவடிவமாகவும் கண்டு உள்ளமுருகிப் பாடிப் பரவசமடைந்தனர். தமிழின் சிறப்பை இப்புலவர் பெருமக்கள் தங்கள் பெரும் புலமையால் இசைப் பண்களுடன் பாடியுள்ளனர்.

இச்சிவனடியார்கள் குறித்தும் அவர்கள் இறைவனை தாங்கள் தரிசித்துப் பாடியது குறித்தும் ஏராளமான செய்திகள் உண்டு. ஆனால் அவர்கள் சிவபெருமானை - இறைவனை நேரில் கண்ணுற்றுத் தெய்வத் திருஉருவையும் அவர்கள் ஆற்றலையும் உணர்ந்ததாக ஆயிரக்கணக்கானப் பாடல்களில் பாடிக் களிப்புற்று இருந்தனர். இவற்றை உரிய பண்களில் பாடுவதும் வழிமுறையாக உள்ளது. இதன் மூலம் அவர்களின் தமிழ்மொழிப் புலமை மட்டுமல்ல, அவர்களின் இசைப் புலமையும், இலக்கணச் செழுமையையும், படிப்போரும் பாடுவோரும் கேட்போரும்

உணருவர். இவர்கள் பாடிய இப்பாடல்கள் அனைத்தும் பன்னிரண்டு நூல்களாகத் தொகுக்கப்பட்டுப் 'பன்னிரு திருமுறைகள்' என்ற பெயரால் தமிழ்ச் சான்றோர்களால் போற்றப்படுகின்றன. முதலில் பன்னிரு திருமுறைகள் எனப்படும் இந்நூற் தொகுதிகளின் வரலாற்றை மிகச் சுருக்கமாக அறிந்துகொள்ளுதல் நலம்.

பன்னிரு திருமுறைகள்

பன்னிரு திருமுறைகள் என்பவை சைவத்தின் தலைவனான சிவபெருமானைப் போற்றிப் பாடிய பன்னிரெண்டு நூல்களின் தொகுப்பாகும். திரு என்பது 'தெய்வீகம் பொருந்திய' 'சிறந்த' 'சிறப்பு மிக்க' என்பதால் திருமுறை என்பதற்குத் தெய்வீக நூல் எனப் பொருள் கொள்ளப்படுகிறது. 'முறை' என்பது நல்ல கருத்துக்களைக் கூறி நமது வாழ்வினை நெறிபடுத்தக்கூடிய நூல் என்பதாகும். இவை குறிப்பாக சைவ நெறிமுறைகளை இன்னிசைப் பாக்களாக ஆழ்வார்களாலும் நாயன்மார்களாலும் பாடப்பட்டுப் பின் இவை அனைத்தும் பன்னிரெண்டு நூல்களாகத் தொகுக்கப்பட்டவையாகும்.

இத்திருமுறைகள் யாவும் 27 சிவனடியார்களால் வெவ்வேறு காலகட்டத்தில் பாடப் பெற்றவையாகும். சைவ சமயத்தைப் பின்பற்றுபவர்கள் இந்நூல்களில் உள்ள பாடல்களைப் பாடி இறைவனைப் போற்றி வழிபாடு செய்கின்றனர். சிவனடியார்கள், யோகிகள், பக்தர்கள், துறவிகள் ஆகியோர் இப்பாடல்களைப் படிப்பதிலும், பாடுவதிலும் இந்நெறி முறைகளைப் பின்பற்றுவதிலும் நாட்டம் கொண்டுள்ளனர். தற்காலத்தில் பக்தி இலக்கியங்களில் ஆழ்ந்த புலமை மிக்க தமிழறிஞர்கள், தமிழாய்வாளர்கள், தமிழார்வலர்கள், தமிழாசிரியர்கள் பலரும் இதில் கவனம் செலுத்தி வருகின்றனர்.

பன்னிரு திருமுறைகளின் வரலாறு

10 ஆம் நூற்றாண்டில் சோழப் பேரரசன் இராசராச சோழன் தமிழகத்துக் கோவில்களில் ஓதுவார்களும், இசைவாணர்களும் வாய்மொழியாகப் பாடிய தேவாரப் பாடல்களைக் கேட்டு இப்பாடல்களைத் தொகுக்க எண்ணினார். தேவாரப் பாடல்கள் இருக்கும் இடத்தை நம்பியாண்டார் நம்பி என்பவர் மூலம் சிதம்பரம் கோவிலின் அறையில் அடைத்துவைக்கப்பட்டிருப்பதை அறிந்தார்.

தேவாரத் திருமுறை ஓலைச் சுவடிகளை, தமிழை எதிர்த்தவர்களிடமிருந்து காப்பாற்றவும், மழை, வெள்ளம், புயல், காற்று போன்ற இயற்கைச் சீரழிவிலிருந்து காப்பாற்றவும் அவற்றைச் சிதம்பரத்தில் நடராஜர் கோயிலில் வைத்துப் பூட்டி முத்திரை வைத்துவிட்டார்கள் என்பது இதன் வரலாறு. ஆகையால் இராசஇராச சோழன் அவைப் புலவர்களின் ஆலோசனைப்படி புலவர்கள், மற்றும் தன் அமைச்சர்களுடன் சென்று நம்பியாண்டார் நம்பியைச் சந்தித்துத் தேவாரத் திருமுறைகளைத் தொகுக்க வேண்டும் என்ற தன் ஆவலைத் தெரிவித்தார். தேவாரப் பாடல்கள் அனைத்தும் சிதம்பரம் கோயிலில் இருப்பதாக நம்பியாண்டார் நம்பி தெரிவித்தார். மன்னரும் அமைச்சர்களும் அவைப்புலர்களும் நம்பியாண்டார் நம்பியுடன் சிதம்பரம் கோவிலுக்குச் சென்று நடராசர் சந்நிதியில் உள்ள தீட்சிதர்களை அணுகிச் சுவடிகளைக் கேட்டனர். அவர்கள் தேவார மூவரான திருஞான சம்பந்தர், திருநாவுக்கரசர், சுந்தர மூர்த்தி நாயனார் வந்து கேட்டால் மட்டுமே முத்திரையிட்ட அறைக்கதவைத் திறக்க இயலும் என்று கூறினர்.

பல காலங்களுக்கு முன்வாழ்ந்து மறைந்த தேவார மூவரை எப்படித் திரும்ப அழைத்து வந்து கேட்கவைப்பது என்று சிந்தித்து, மன்னர் இராச இராச சோழன் தேவார மூவரைச் சிலை வடிவில் அங்கு கொண்டுவந்து 'இதோ தேவார மூவர் வந்துள்ளனர்' என்று கூறினார்.

தேவார மூவரின் திரு உருவங்களை வெறும் சிலைதானே என்று சொல்லித் தட்டிக் கழிக்க நினைத்த தீட்சிதர்கள், அப்படிச் சொன்னால் கோயிலுக்கு உள்ள நடராசரும் சிலைதானே என்ற வாக்குவாதம் வரும் என்ற எண்ணத்தில் அதைத் தவிர்த்துவிட்டுத் தேவாரச் சுவடிகள் உள்ள அறையைத் திறந்துவிட்டனர். கறையான் அரித்தது போக மீதமிருந்த சுவடிகளை எடுத்து வந்தார் நம்பியாண்டார் நம்பி. பின்னர் அவற்றை ஒழுங்குபடுத்தி 27 ஆசிரியர்கள் இயற்றிய பாடல்களை 12 திருமுறைகளாகத் தொகுத்தார். அவை சோழ நாட்டுச் செப்பேடுகளில் பாதுகாக்கப்பட்டன என்பது இதன் வரலாறு.

பலநூறு ஆண்டுகள் கடந்து அச்சு ஊடகங்கள் வந்த பின்பு அவை பன்னிரெண்டு தொகுதிகளாகப் பதிப்பித்து வெளியிடப்பட்டன. இத்திருமுறைப் பாடல்கள் யாவும் இசை நயத்துடன் பாடப்படுவதால் தமிழும் இசையும் ஒன்றாக வளர்ச்சிப் பெறப் பெரும் பயனுள்ளதாக அமைந்தது. *(பார்க்க: பின்னிணைப்பு - 1, பன்னிரு திருமுறைகள் - பட்டியல்)*

திருமுறைகள் பழந்தமிழ் இசையை யொட்டிய பண்களுடன் பாடப்பட்டு வருகின்றன. சைவக் கோயில்களிலும், சைவர்கள் வீடுகளிலும், பாடசாலை முதலிய இடங்களில், சமய நிகழ்ச்சிகளிலும் திருமுறைகள் பாடப்பட்டு வருகின்றன. இப்பாடல்கள் பலவற்றில் தொன்மை இசைக் கருவிகள், அவை வழிபாட்டில் இடம்பெற்று ஒலித்த முறைமைகள், அவற்றின் ஓசை நயங்கள் ஆகியன இடம்பெற்றுள்ளதைக் காணலாம். ஆதிகாலம் தொட்டு இசைக் கருவிகளின் தோற்றத்திற்கு அடிகோலிய பறை காலப்போக்கில் தீண்டாமையின் அடையாளமாக்கப்பட்டுவிட்டாலும் அதன் சிறப்பையும் தொன்மையையும் பயனையும் எடுத்துக்காட்டி அதனை மீட்டெடுக்கும் முயற்சியில் அறிஞர்களும் கலைஞர்களும் களமிறங்கியுள்ளனர். இம்முயற்சியின் ஒரு சிறு பங்களிப்பாக இறைவழிபாட்டில் பறை சிறப்பிடம்

பெற்று விளங்கியதைப் பலரும் அறிந்துகொள்ளும் வகையில் பன்னிரு திருமுறைப் பாடல்கள் வழியாக இங்கு எடுத்து விளக்கப்படுகின்றன.

◉

பன்னிரு திருமுறைகளில் பறை இசை

திருஞானசம்பந்தர் தேவார திருமுறைகளில் பாடிய பறை

திருஞானசம்பந்தர் சீர்காழியில் பிறந்தார். தந்தை சிவபாத இருதயர் என்னும் அந்தணர். தாய் பகவதி. சிவபாதர் தமது மூன்று வயதுக் குழந்தையான திருஞான சம்பந்தரைக் குளக்கரையில் அமர வைத்துவிட்டுக் குளத்தினுள் குளிக்கச் சென்றார். குழந்தை தன் தந்தையாரைக் காணாது மிகவும் அழுதது. உடனே சிவபெருமான் உமையுடன் பிள்ளையின் முன் தோன்றினார். உமாதேவியார் பொற்கிண்ணத்தில் தமது பாலைக் கறந்து பிள்ளைக்கு ஊட்டினார். 'யாரோ ஒரு வழிப்போக்கர் கொடுத்த பாலை நீ ஏன் பருகினாய்? என்று கோபத்தோடு கேட்டு அடிக்க குச்சியை ஓங்கினார். குழந்தை தனக்குப் பால் கொடுத்தவர்கள் அதோ இறைவனும் இறைவியும் என்று மேலே சுட்டிக்காட்டி, 'தோடுடைய செவியன் (சம்.1:1) என்று தொடங்கும் பதிகத்தைப் பாடினார். சம்பந்தப் பெருமானார் தாம் ஞானப்பாலுண்ட செய்தியைச் சில ஆண்டுகள் கழித்துத் தாம் பாடிய

'போதையார் பொற்கிண்ணத்து அடிசில் பொல்லாதெனத்
தாதையார் முனிவுறத் தானெனை ஆண்டவன்' *(3:3053:1-2)*

என்று தேவாரப் பாடலிலும் குறிப்பிட்டுள்ளார்.

சம்பந்தர் பாடிய தேவாரப் பாடல்கள் தமிழின் இனிமையையும், தமிழ் இசையின் மேன்மையையும் உணர்த்தும் என்பதைத் தமிழறிஞர்களும் தமிழிசை அறிஞர்களும் ஆய்வாளர்களும் பகுத்தும் தொகுத்தும் காட்டியுள்ளனர்.

"கோலக்காவில் பெற்ற தாளத்தைக் கையில் வைத்துப் பல்வகைத் தாளக் கோலங்களையெல்லாம் நினைத்து அமைத்து சிவபெருமானின் திருக்கோலத்தைச் சிந்தையில் கொண்டு பாடிய பாடல் வெள்ளங்கள் பாரெல்லாம் பரந்து ஓடின. ஞானசம்பந்தர் 'தென்னக இசையின் தாளத்தந்தை' என்று போற்றத்தக்கவர். 'திருத்தாளச் சதி, திரு எழுக்கூற்றிருக்கை, தொல்காப்பியம் கூறிய வண்ண வகைகள், மொழிமாற்று, திருவிராகம், யாழ்முரி, திருவிரக்கக்குறள், ஏகபாதம் முதலிய பாடல் வகைகளைப் பண்ணோடு, பலதாள நுணுக்கங்களோடு கலந்து பரமன் பாதத்தில் படைத்துப் பண்ணிசை பரப்பினர்' (தமிழிசை. கலை. களஞ். தொகுதி-2, வீ.ப.கா. சுந்தரம். ப. 377).

சிவனைப் போற்றிப் பாடுகின்ற இப்பாடல்களில் பல்வேறு இசைக் கருவிகள் இடம் பெற்றுள்ளன. அவற்றுள் பறை முழவுச் சிறப்பினை இறைவனுடன் இணைத்துக் காட்டிய சில பாடல்களைக் காணலாம்.

திருஞான சம்பந்தரால் பாடப்பட்ட தேவாரப் பாடல்கள் யாவும் 1, 2, 3, ஆம் திருமுறைகளாகத் தொகுக்கப்பட்டன. இவை 'திருக்கடைக்காப்பு' என்று அழைக்கப்படுகிறது. திருஞான சம்பந்தரின் பாடல்கள் தமிழ் இலக்கியத்தையும், இசையையும் ஒருங்கிணைந்து இயற்றப்பட்டனவாகும். தமிழர்கள் பல்வேறு வகைப்பட்ட இசைக் கருவிகளை உருவாக்குவதிலும், அவற்றை மிக நுணுக்கமாகக் கையாளுவதிலும் இந்த இசைக் கருவிகளை எந்தெந்த இடங்களில் எவ்வாறு எப்பொழுது பயன்படுத்த

வேண்டும் என்ற மேன்மையான அறிவும், ஆற்றலும் மிக்கவர்களாக விளங்கினர் என்பதற்குப் பண்டைத் தமிழர் இயற்றிய இசை நூல்களும், செவ்வியல் தமிழ் இலக்கியங்களும், இன்றளவும் கிடைக்கின்ற பண்டைத் தமிழ் இசைக் கருவிகளும் இதற்குச் சான்றுகளாகும். தற்காலத்தில் மறந்துபோன பல தமிழிசைக் கருவிகள் முற்காலத்தில் இறை வழிபாட்டில் பயன்படுத்தப்பட்டு அவை மிக உன்னதமாகப் போற்றப்பட்டு வந்துள்ளதைப் பன்னிரு திருமுறைப் பாடல்கள் சிலவற்றின் மூலம் அறிந்துகொள்ளலாம்.

'பறையின்னொலி சங்கின்னொலி பாங்காரவு மார
அறையும்மொலி யெங்கும்மவை யறிவாரவர் தன்மை
நிறையும்புனல் சடைமேலுடை யடிகள்நின்றி யூரில்
உறையும்மிறை யல்லதென துள்ளம் முணராதே'[1]

(1:187:3)

பண்: நட்ட பாடை.

எனும் திருஞானசம்பந்தரின் பாடல் முதல் திருமுறையில் இடம்பெற்றுள்ளது.

'பறையடிக்கும் ஒலி சங்கு முழங்கும் முழக்கம், பக்கங்களிலெல்லாம் மிகவும் ஒலிக்கும் ஏனைய ஒலிகள் ஆகியவற்றில் இறைவனது நாத தத்துவத்தை அறிவோர் உணர்வர். நிறைந்த கங்கைப் புனலைச் சடைமிசை உடையவராய் நின்றியூரில் உறையும் அவ்விறைவரை அல்லாது என் உள்ளம் பிற பொருள்கள் ஒன்றனையும் உணராது' என்பது இப்பாடலின் விளக்கமாகும். இதில் இறைவனுடைய நாத தத்துவத்தை இப்பறையின் ஒலி, சங்கின் ஒலி ஆகியவற்றில் உள்ளடங்கியிருப்பதை

1 தேவாரம் பண்முறை, T.V. கோபால் ஐயர், V.I. ஞானசம்பந்தம் பதிப்பகம், தருமை ஆதீனம், மயிலாடுதுறை, மூன்றாம் பதி.2011, பக். 19.

அறிவுடையவர்கள் உணர்வார்கள் என்று மிக உயர்வாகச் சுட்டிக்காட்டியுள்ளார்.

பல நூற்றாண்டுகளுக்கு முன் பறையின் ஒலி அறையும் அவ்வொலி இறை வழிபாட்டில் முதன்மையாக இடம்பெற்றுத் தெய்வீகத்தை உணரவைத்த இக்கருவிதான் காலம் செல்லச் செல்லச் சாதிய அடையாளமாக்கப்பட்டு அது ஒரு குறிப்பிட்ட இனமக்களின் அடையாளமாக்கப்பட்டு வீழ்த்தப்பட்டது. எல்லோரும் பறையை இசைத்துவிட முடியாது. எல்லோரும் சங்கை ஊதி ஒலி எழுப்பிவிட முடியாது. அதற்கென்றே தனி இசைக் கலைஞர்கள் காலந்தோறும் வழிவழியாக இந்த இசைக் கலையைக் கற்றுப் பயின்று முழக்கியுள்ளனர்.

திருவிழாக் காலங்களில் இடைவிடாது பறைகளின் ஒலி நிறைந்து இருந்ததை இத்திருமுறையில் இடம் பெற்றுள்ளதைக் காணலாம்.

'அறையார் கழன்மே லரவாட
இறையார் பலிதேர்ந் தவனூராம்
பொறையார் மிகுசீர் விழமல்கப்
பறையா ரொலிசெய் பனையூரே'[2] *(1:397:5)*

பண்: தக்கராகம்

'ஒலிக்கின்ற வீரக்கழல் மேல் அரவு ஆட முன்கைகளில் பலியேற்றித் திரியும் பிட்சாடனராகிய சிவபெருமானது ஊர், மண்ணுலகில் சிறந்த புகழை உடைய திருவிழாக்கள் நிறையப் பறைகளின் ஒலி இடைவிடாது பயிலும் திருப்பனையூராகும்'[3] என்பது இப்பாடலின் பொருளாகும்.

---

2 தேவாரம் பண்முறை T.V. கோபால் ஐயர், V.I. ஞானசம்பந்தம் பதிப்பகம், தருமை ஆதீனம், மயிலாடுதுறை, மூன்றாம் பதி. 2011, பக். 39.

3 பன்னிரு திருமுறை பாட்டும் பொருளும், ஞானசம்பந்தம் பதிப்பகம், தருமபுர ஆதீனம், மயிலாடுதுறை, பதி. 2011, பக். 144

சிவபெருமானின் தோற்றத்தைக் காட்டும் இப்பாடலில் மண்ணுலகில் சிறந்த புகழ் பெற்று விளங்குகின்ற திருப்பனையூர் அவருடைய ஊராகச் சுட்டிக்காட்டுப்படுகிறது. இந்த ஊரில் நடைபெறுகின்ற சிவனுடைய திருவிழாக்களில் ஒரு பறையல்ல, பல பறைகளின் ஒலி இடைவிடாது ஒலிக்கின்ற சிறப்பினை உடையது இத்திருப்பனையூர். இப்பாடலில் சிவபெருமானின் சிறப்பைக் கூறுவது போலவே திருப்பனையூர் என்ற ஊரின் சிறப்பும், பறை இசையொலியின் சிறப்பும் மிக உயர்வாகத் திருஞானசம்பந்தர் இடம்பெறச் செய்துள்ளார்.

பறை, சிறுகுழல், யாழ் முதலிய கருவிகளைப் பூதங்கள் இசைத்ததாக, சிவபெருமான் வேதங்களைப் பாடிக்கொண்டு திருவாலங்காட்டில் எழுந்தருளியதாகத் திருஞானசம்பந்தர் ஒரு பாடலைப் பாடியுள்ளார்.

'பறையுஞ் சிறுகுழலும் யாழும் பூதம் பயிற்றவே
மறையும்பல பாடி, மயானத்துறையும் மைந்தனார்
பிறையும் பெரும்புனல்சேர் சடையினாரும் பேடைவண்
டறையும் பழையனூ ராலங்காட்டெம் அடிகளே'[4] *(1:486:6)*

பண்: தக்க ராகம்

'பறை, சிறுகுழல், யாழ் முதலிய கருவிகளைப் பூதங்கள் ஒலிக்க வேதங்களைப் பாடிக் கொண்டு மயானத்தில் உறையும் மைந்தராய், பிறை, பெருகிவரும் கங்கை ஆகியவற்றை அணிந்த சடை முடியினர் ஆகிய சிவபெருமான் பெடைகளோடு கூடிய ஆண் வண்டுகள் ஒலிக்கும் சோலைகள் சூழ்ந்த பழையனூரைச் சேர்ந்த திருவாலங்காட்டு எம் அடிகள் ஆவார்'[5] என்பது இப்பாடலின் பொருள்.

4 தேவாரம் பண்முறை, T.V. கோபால் ஐயர், V.I. ஞானசம்பந்தம் பதிப்பகம், தருமபுர ஆதீனம், மயிலாடுதுறை, பதி. 2011, பக். 47.

5 பன்னிரு திருமுறை பாட்டும் பொருளும், ஞானசம்பந்தம் பதிப்பகம், தருமபுர ஆதீனம், மயிலாடுதுறை, பதி. 2011, பக். 252.

இப்பாடலில் பறை, சிறுகுழல், யாழ் முதலிய கருவிகளைப் பூதங்கள் இசைக்க சிவபெருமான் வேதங்களைப் பாடிக்கொண்டு மயானத்தில் உறையும் மைந்தராய்க் காட்டுகின்றார் திருஞானசம்பந்தர். பூதங்கள் என்பது யார்? அவர்கள் பறை, சிறுகுழல், யாழ் ஆகிய இசைக் கருவிகளை இசைக்கக் கூடியவர்களா? சிவபெருமான் எந்த வேதங்களைப் பாடினார் என்பது இக்கால அறிவியல் அறிவு கேட்கவே செய்யும். இசைக் கலைகளில் வல்ல இசைவாணர்களைப் 'பூதங்கள்' என்று குறிப்பிட்டிருக்கலாமோ எனத் தோன்றுகிறது.

மாந்தர்தம் பால்நறு நெய்மகிழ்ந் தாடி
வளர்சடை மேற்புனல் வைத்து
மோந்தை முழாக்குழல் தாளமோர் வீணை
முதிரவோர் வாய்மூரி பாடி
ஆந்தை விழிச்சிறு பூதத்தர் பாச்சில்
லாச்சிரா மத்துறை கின்ற
சாந்தணி மார்பரோ தையலை வாடச்
சதுர்செய்வ தோவிவர் சார்வே.[6] *(1:474:5)*

மாந்தர்கள் விரும்பியவாறு பசுக்களிடமிருந்து கிடைக்கப்பெறும் பால், நெய், முதலான பூசைப்பொருள் ஏற்று அபிடேகம் கொண்டு மகிழ்பவர் ஈசன். இவர் சடைமுடியில் கங்கையை வைத்தவர்; மொந்தை, முழவின் வகை, தாளம், வீணை முதலான இசைக் கருவிகள் இயக்கவும் வாயினால் பாடியும் மகிழும் அகன்ற விழிகளையுடைய பூத கணங்கள் விளங்கும் பாச்சில் ஆசிரமத்தில் உறைகின்றவர். சந்தனம் அணிந்துள்ள மார்பினாராகிய இவரோ நங்கையை வாடச் செய்வது! இதுவோ இவர் சார்வு![7] என ஈசனைப் பற்றிக் கூறும்

6 தேவாரம் பண்முறை, T.V. கோபால் ஐயர், V.I. ஞானசம்பந்தம் பதிப்பகம், தருமபுர ஆதீனம், மயிலாடுதுறை, பதி. 2011, பக். 46.

7 தேவாரம் பண்முறை, T.V. கோபால் ஐயர், V.I. ஞானசம்பந்தம் பதிப்பகம், தருமபுர ஆதீனம், மயிலாடுதுறை, பதி. 2011, பக். 46.

இப்பாடல் இசை அறிவு மிக்க பூதகணங்களின் சிறப்பினை எடுத்துக்காட்டுவதும் இதற்கு ஒரு சான்றாகும்.

மற்றுமொரு பாடலில் திருவிழாக்கள் இடைவிடாது நிகழும் திருச்செங்காட்டங்குடியில் விளங்கும் கணபதீச்சரம் என்னும் கோயிலில் எழுந்தருளியுள்ள சிவபெருமானைப் பாடும் திருஞானசம்பந்தர் ‘வாரால் இழுத்துக் கட்டப்பட்ட பறைகள்’ எனக் குறிப்பிட்டுள்ளார்.

‘வாரேற்ற பறையொலியுஞ் சங்கொலியும் வந்தியம்ப
ஊரேற்ற செல்வத்தோ டோங்கியசீர் விழவோவாச்
சீரேற்ற முடைத்தாய செங்காட்டங் குடியதனுள்
காரேற்ற கொன்றையான் கணபதீச் சரத்தானே’[8]

(1:657:2)

பண்: பழந்தக்க ராகம்

‘கார்காலத்தே மலரும் கொன்றை மலரை அணிந்த சிவபிரான் வாரால் இழுத்துக் கட்டப்பட்ட பறைகளின் ஒலியும், சங்குகளின் ஒலியும் வந்திசைக்க ஊர் முழுவதும் நிறைந்த செல்வ வளங்களோடு பரவிய புகழை உடைய திருவிழாக்கள் இடைவிடாது நிகழும் திருச்செங்காட்டங்குடியில் விளங்கும் கணபதீச்சரம் என்னும் கோயிலில் எழுந்தருளியுள்ளான்’[9] என்பது இப்பாடலின் பொருளாகும்.

பறையும் சங்கும் இணைந்து சிவ வழிபாட்டின் பொழுது ஒலிப்பதைப் பல பாடல்களில் திருஞானசம்பந்தர் இடம்பெறச் செய்துள்ளார். மயானத்தில் வாழும் பேயின் கண்கள் பறைவாய் போன்று வட்டமானது என ஒரு பாடலில் உவமையாக்கிக் காட்டுகிறார்.

---

8 தேவாரம் பண்முறை, T.V. கோபால் ஐயர், V.I. ஞானசம்பந்தம் பதிப்பகம், தருமபுர ஆதீனம், மயிலாடுதுறை, பதி. 2011, பக். 63.

9 பன்னிரு திருமுறை பாட்டும் பொருளும், ஞானசம்பந்தம் பதிப்பகம், தருமபுர ஆதீனம், மயிலாடுதுறை, பதி. 2011, பக். 725.

‘பிறையும் புனலுந் சடைமேலுடையார் பறைபோல் விழிகட் பேய்
உறையுமயான மிடமாவுடையா ருலகர் தலைமகன்
அறையுமலர்கொண் டடியார்பரவி யாடல் பாடல்செய்
பறையுஞ்சங்கும் பலியுமோவாப் பழன நகராரே’[10] *(1:723:3)*

பண்: தக்கேசி

‘அடியவர்கள் உயர்ந்தனவாகப் போற்றப்படும் நறு மலர்களைக் கொண்டுவந்து சாத்தி, பரவி, ஆடல் பாடல்களைச் செய்தும் பறை, சங்கு ஆகியவற்றை முழக்கியும் பணிந்தும் இடைவிடாது வழிபடும் திருப்பழனநகர் இறைவர் சடைமேல் பிறையையும் கங்கையும் உடையவர். பறைவாய் போன்ற வட்டமான விழிகளையுடைய பேய்கள் வாழும் மயானத்தைத் தமக்கு இடமாகக் கொண்டவர். அனைத்துலக மக்கட்கும் தலைவர்’[11] என்பது இப்பாடலின் பொருள். சிவனின் தோற்றத்தை விளக்கும் இப்பாடலில் பறையை உவமையாக்கிக் காட்டுகிறார் திருஞான சம்பந்தர்.

மிகுந்த ஒலி எழுப்புகின்ற பறை, மென்மையாக ஒலிக்கக் கூடிய இனிய இசை எழுப்பும் குழல் இரண்டும் ஒருங்கிணைந்து வாசிக்க, காலிற்கட்டிய கழலும் ஆரவாரிக்கப் பிணங்களை எரிக்கும் சுடுகாட்டுள் எரியேந்தி ஆடுகிறார் சிவன் என்பதைக் காட்டுகிறது ஒரு பாடல்.

‘மறையின்னிசையார் நெறிமென் கூந்தன் மலையான் மகளோடும்
குறைவெண்பிறையும் புனலுந்நிலவுங் குளிர்புன் சடைதாழப்
பறையுங்குழலுங் கழலுமார்ப்பப் படுகாட் டெரியாடும்
இறைவர் சிறைவண் டறைபூஞ்சாரல் ஈங்கோய் மலையாரே’[12]
(1:757:4)

---

10 தேவாரம் பண்முறை, T.V. கோபால் ஐயர், V.I. ஞானசம்பந்தம் பதிப்பகம், தருமபுர ஆதீனம், மயிலாடுதுறை, பதி. 2011, பக். 70.

11 மேற்படி, பக். 775–776.

12 தேவாரம் பண்முறை, T.V. கோபால் ஐயர், V.I. ஞானசம்பந்தம் பதிப்பகம், தருமை ஆதீனம், மயிலாடுதுரை, பதி. 2011, பக். 73.

'சிறகுகளையுடைய வண்டுகள் ஒலிக்கும் அழகிய சாரலை உடைய திருவீங்கோய்மலை இறைவர் வேதங்களை இசையோடு பாடுபவர். வளைவுகளோடு கூடிய மென்மையான கூந்தலையுடைய மலையரையன் மகளாகிய பார்வதி தேவியோடு கலைகள் குறைந்த வெண்மையான சடைகள் தாழ, பறை, குழல் இவற்றோடு காலிற் கட்டிய கழலும் ஆரவாரிக்கப் பிணங்களை எரிக்கும் சுடுகாட்டுள் எரியேந்தி ஆடுபவராவார்'[13] என்பது இப்பாடலின் பொருள்.

இந்தக் கொட்டும் பறை இசைக்கு ஏற்ப அதாவது அதன் தாளத்திற்கேற்ப சிவபெருமானின் நடன அசைவுகள் இருந்ததைச் சுட்டிக்காட்டும் பாடலும் திருஞானசம்பந்தர் வழங்கியுள்ளார்.

'கொட்டும் பறைசீராற் குழும வனலேந்தி
நட்டம் பயின்றாடு நல்லூர்ப் பெருமானை
முட்டின் றிருபோது முனியா தெழுந்தன்பு
பட்ட மனத்தார்க ளறியார் பாவமே'[14] *(1:926:1)*

பண்: குறிஞ்சி

'பறை கொட்டும் சீருக்கு ஏற்பப் பூதகணங்கள் முதலியன சூழக் கையின்கண் அனலேந்தி விருப்போடு நடனம் ஆடும் நல்லூர்ப் பெருமானைக் காலை மாலை இருபொழுதும் தவறாமல் வெறுப்பின்றி எழுச்சியோடு வணங்கி அன்பு பூண்ட மனத்தார்களைப் பாவம் அணுகாது'[15] என்பது இப்பாடலின் பொருள். அனைத்துத் தெய்வங்களுக்கும் தலைவனாக விளங்கக் கூடிய சிவபெருமானே பறையின் தாளத்திற்கு விருப்பத்துடன் நடனமாடிய காட்சியை விளக்குகிறது இந்தப் பாடல்.

---

13 மேற்படி, பக். 92.

14 மேற்படி, பக். 92.

15 மேற்படி, பக். 92.

பறையின் இந்தத் தாள ஒலி சாதாரணமானது அல்ல. பேரொலியை எழுப்புகின்ற பறையொலியை 'அதிர்கின்ற பறை' எனச் சுட்டுகிறார் திருஞானசம்பந்தர்.

"பிறையு நெடுநீரும் பிரியா முடியினார்
மறையும் பலபாடி மயானத் துறைவாரும்
பறையு மதிர்குழலும் போலப் பலவண்டாங்
கறையும் வடுகூரி லாடும் மடிகளே"[16] *(1:944:8)*

பண்: குறிஞ்சி

'அதிர்கின்ற பறையும் வேய்ங்குழலும் போலப் பல வண்டுகள் ஒலிக்கும் சோலைகளை உடைய வடுகூரில் ஆடும் அடிகள், இளம்பிறை பெருகிய கங்கை நீர் ஆகியன பிரியாத திருமுடியை உடையவர். வேதங்களில் உள்ள சந்தங்கள் பலவற்றையும் பாடிக்கொண்டு இடுகாட்டில் உறைபவர்'[17] என்பது இப்பாடலின் பொருள். அதிர்கின்ற இந்தப் பறையொலியுடன் சங்கொலி முழங்கிய திருவிழாக்கள் நடைபெற்ற திருப்பராய்த்துறை எனும் ஊரில் எழுந்தருளிய சிவனைப் பற்றிக் கூறும்பொழுது

'பறையுஞ் சங்கு மொலி செய்பவராய்த் துறை
அறைய நின்ற வடிகளே'[18] *(1:1453:6:3-4)*

எனப் பாடுகிறார்.

குடவாயில் எனும் ஊரில் நிறைவாக அமைந்த பெருங்கோயிலில் விளங்கும் இறைவன் ஒலிக்கின்ற வீரக்கழலை அணிந்தவன். அழல் ஏந்தியவன். இசைமரபுடன் கூடிய பறை, யாழ் முழவுடன் வேதங்கள் பாட நடனமாடும் அழகன் என்று சிறப்பித்து,

'அறையார் கழலன் அழலன் இயலின்

16 மேற்படி, பக். 94.

17 மேற்படி, பக். 94.

18 மேற்படி, பக். 143.

பறையாழ் முழவும் மறைபா டநடம்
குறையா அழகன் குடவா யில் தனில்
நிறையார் பெருங்கோயில் நிலா யவனே'[19] *(2:1705:7)*

பண்: இந்தளம்

என இரண்டாம் திருமுறைப் பாடல் எடுத்துக்காட்டுகிறது.

'ஆடும் பறைசங் கொலியோ டழகாக
நாடுஞ் சிறப்போவா நாலூர் மயானத்தைப்'[20]
(1961:2:2-3)

'குறைநிரம்பா வெண்மதியஞ் சூழ்க்குளிர்புன் சடைதாழப்
பறைநவின்ற பாடலோ டாடல் பேணிப் பயில்கின்றீர்'[21]
(2083:1-2)

'மறைவளர் பாடலி னோடு மண்முழ வங்குழல் மொந்தை
பறைவளர் பாடலி னாரும் பாண்டிக் கொடுமுடியாரே'[22]
(2214:3-4)

'இடுபறை யொன்றவத்தர் பியன்மே லிருந்தின்
இசையாலுரைத்த பனுவல்
நடுவிரு ளாடுமெந்தை நனிபள்ளி யுள்க வினை கெடுதலானை
நமதே'[23] *(2387:3-4)*

எனச் சிவபெருமான் பறையொலியுடன் நடனமாடுகின்ற பாங்கினைத் திருஞானசம்பந்தர் இப்பாடல் வரிகளில் காட்டுகின்றார்.

'சங்கரவப் பறையின் னொலியவை சார்ந்தெழப்

19 மேற்படி, பக். 168.
20 மேற்படி, பக். 193.
21 மேற்படி, பக். 204.
22 மேற்படி, பக். 216.
23 மேற்படி, பக். 236.

பொங்கரவம் முயர் பாதிரிப் புலியூர்தனுள்[24] *(2786:2-3)*

எனத் திருப்பாதிரிப்புலியூரில் ஒலித்த சங்குகளின் ஒலி, பறைமுழவொலியைக் காட்டுகிறது.

'பறைமல்கு முழவொடு பாட லாடலன்
பொறைமல்கு பொழிலணி பூவ ணத்துறை'[25] *(3015:1-2)*

என அமைதி தவழும் சோலையையுடைய அழகிய திருப்புவனம் எனும் ஊரில் இறைவன் பாடி ஆடும்பொழுது ஒலித்த பறையின் ஒலி, முழவின் ஓசையை ஒத்திருக்கின்றது.

'சூடுவர் சடையிடைக் கங்கை நங்கைக்
கூடுவர் உலகிடை ஐயங் கொண்டொலி
'பாடுவர் இசைபறை கொட்ட நட்டிருள்
ஆடுவோர் கருக்குடி அண்ணல் வண்ணமே[26] *(3024)*

சிவபெருமான் இவ்வுலகில் பிச்சை ஏற்கும்பொழுது இசையோடு பாடுவார். பறை கொட்ட நள்ளிருளில் நடனம் ஆடுவார். இது திருக்கருக்குடியில் வீற்றிருந்தருளும் தலைவரான சிவபெருமானின் அருள் தன்மையாகும் எனத் திருஞானசம்பந்தர் இப்பாடலில் குறிப்பிடுகிறார். இவ்வாறு திருஞானசம்பந்தர் இரண்டாம் திருமுறைப் பாடல்களில் பறையிசையைப் பலவிதமாகச் சிறப்பித்து இசைப் பண்களுடன் பாடியுள்ளார். இறைவன் புகழ்பாடும் மெய்யடியார்கள் நைவேதனம் செய்து வழிபடும்பொழுது பறை முழவு முழங்கியதை,

'நிறையுடை நெஞ்சுளும் நீருளும் பூவுளும்
பறையுடை முழவுளும் பலியுளும் பாட்டுளும்
கறையுடை மிடற்றண்ணல் கருதிய கானப்பேர்

---

24 மேற்படி, பக். 276.
25 மேற்படி, பக். 300.
26 மேற்படி, பக். 300.

குறையுடை அவர்க்கலாற் களைகிலார் குற்றமே'[27] *(3077)*

பண்: கொல்லி

'திருக்கானப்பேர் என்னும் திருத்தலத்தில் வீற்றிருந்தருளுகின்ற நஞ்சுண்ட கறுத்த கண்டத்தையுடைய சிவபெருமானை மனத்தைப் பொறிவழி ஓடாது ஒருமுகப்படுத்தி நிறுத்திய நெஞ்சுடன், பூவும் நீரும் கொண்டு பறையுடன் முழவு முழங்க இறைவனின் புகழைப் பாடி நைவேத்தியம் செய்து வழிபடுகின்ற மெய்யடியார்களுக்கு அல்லாது ஏனையோர்களுக்குக் குறைகள் தீருமோ'[28] என்பது இப்பாடலின் விளக்கமாகும்.

வேதங்கள் ஓதும்போது பறை அடிக்க முடியுமா? மறையும் பறையும் இணைந்து செல்ல முடியுமா? என இன்றைய காலகட்டத்தில் நினைத்துப் பார்க்க முடியாத சிந்தனை எழுவது இயல்பு. ஆனால் பன்னிரு திருமுறைப் பாடல்களில் பல இவ்வாறு இடம் பெற்றிருப்பதைக் காணலாம்.

'மறையினொலி கீதமொடு பாடுவன பூதமடி மருவி விரவார்
பறையினொலி பெருக நிகழ் நட்டமமர் பட்டிசர மேயபனிகூர்
பிறையினொடு மருவியதொர் சடையினிடை யேற்றபுன
றோற்ற நிலையாம்
இறைவனடி முறைமுறையி னேத்துமவர் தீத்தொழில்களில்லர்
மிகவே'[29] *(3586)*

பண்: சாதாரி

'வேதங்கள் ஓதும் ஒலியும் கீதங்கள் பாடும் ஒலியும், பூத கணங்கள் திருவடிக்கீழ் அமர்ந்து போற்றும் ஒலியும் கலந்து ஒலிக்க, பறை என்னும் வாத்திய ஓசையும் பெருகத்

27 மேற்படி, பக். 305.

28 பன்னிரு திருமுறை பாட்டும் பொருளும், ஞானசம்பந்தம் பதிப்பகம், தருமபுர ஆதீனம், மயிலாடுதுறை, பக். 578.

29 தேவாரம் பண்முறை, T.V. கோபால் ஐயர், V.I. ஞானசம்பந்தம் பதிப்பகம், தருமை ஆதீனம், மயிலாடுதுறை, பதி. 2011, பக். 352.

திருநடனம் புரியும் சிவபெருமான் திருப்பட்டீச்சரம் என்னும் கோயிலில் வீற்றிருந்தருளுகின்றான். குளிர்ச்சி பொருந்திய சந்திரனை அணிந்த சடையிலே கங்கையையும் தாங்கிய நிலையான தோற்றப்பொலிவு உடையவன். அத்தகைய இறைவனின் திருவடிகளை நாடோறும் முறைமையோடு போற்றி வணங்குபவர்கள் துன்புறும் வினைகளிலிருந்து முற்றிலும் நீங்கியவராவர்'[30] என்பது மேற்குறிப்பிடப்பட்டது.

திருவிளமர் எனும் ஊரில் வீற்றிருக்கும் சிவபெருமானின் தோற்றத்தையும் அவர் திருக்கூத்து ஆடும்பொழுது வாத்தியங்கள் முழங்கியதை

'சங்கதிர் பறைகுழல் முழவினொ டிசைதரு சரிதையர்
வெங்கதி ருறுமழு வுடையவ ரிடமெனில் விளமரே'[31] *(3747:3-4)*

பண்: சாதாரி

'நாமமெ னைப்பல வும்முடை யான்நல னோங்கு நாரையூர்
தாமொம் மெனப்ப றையாழ் குழல் தாளார் கழல் பயில'[32]
(1185:1-2)

பண்: பழம்பஞ்சுரம்

எனத் திருநாரையூரில் நின்றாடுகின்ற பெருமான் பறை, யாழ், குழல் முழங்க ஆடுகின்றான்.

சிவபெருமானின் தோற்றம், சிவனின் கூத்து, நடனம் அப்பொழுது இசைக்கப்பட்ட இசைக் கருவிகள், சம்பந்தர் சென்று வழிபட்ட சிவத்தலங்கள், அந்த ஊர்களின் சிறப்பு, அந்தந்த ஊர்களில் உள்ள சிவபெருமானை வழிபடுவதால் ஏற்படும் நன்மைகள், சிறப்புகள் இவற்றை உட்பொருளாகக் கொண்டு திருஞானசம்பந்தர் தம் பாடல்களை

30 மேற்படி, பக். 926.
31 மேற்படி, பக். 367.
32 மேற்படி, பக். 380.

இயற்றியுள்ளார். இவ்வாறு அவர் பாடிய பாடல்களில் பறை மற்றும் பிற இசைக் கருவிகள் இடம்பெற்றுள்ளன. அவை, இங்கு தனியே பகுத்துக் காட்டப்பட்டுள்ளன. சில சொல்லாடல்களைப் பயன்படுத்தி அதன் சிறப்பைக் கூறியுள்ள முறை நம்மை வியக்கவைக்கின்றது.

வண்ண வண்ணப்பறை

'உண்ணவண் ணத்தொளி நஞ்சமுண்டு உமையோ டுடனாகிச்
சுண்ணவண் ணப்பொடி மேனிபூசிச் சுடர்ச் சோதி நின்றிலங்கப்
பண்ணவண் ணத்தன பாணிசெய்யப் பயின்றா ரிடம்போலும்
வண்ணவண் ணப்பறை பாணியறா வலம்புர நன்னகரே'[33]
(3906)

பண்: பழம்பஞ்சுரம்

"தேவர்கள் அமுதுண்ணும் பொருட்டுக் கருநிறமும் ஒளியுமுடைய நஞ்சைத் தாம் உண்டவர் சிவபெருமான். உமாதேவியை உடனாகக் கொண்டவர். மணம் பொருந்திய திருவெண்ணீற்றைத் திருமேனியில் பூசியவர். சுடர்விடும் சோதியாய் விளங்குபவர். பல்வேறு பண்களில் சிவபூதங்கள் நடனம் செய்பவர். அப்பெருமான் வீற்றிருந்தருளும் இடமாவது, பலவகைப்பட்ட பறை முதலிய வாத்தியங்களின் முழக்கு நீங்காத திருவலம்புரம் என்னும் நன்னகர் ஆகும்'[34] என இப்பாடலின் பொருள் அமைந்துள்ளது.

இப்பாடலில் இடம்பெற்றுள்ள 'வண்ண வண்ணப் பறை' எனும் சொல், பல்வேறு வடிவங்களில் சிறியதும் பெரியதுமாக, ஒலி வேறுபாடு உடையதாக உள்ள பலவகைப்பட்ட பறைகள் இருந்தன என்பதைக் காட்டுகிறது.

---

33 மேற்படி, பக். 381.

34 பன்னிரு திருமுறை பாட்டும் பொருளும், ஞானசம்பந்தம் பதிப்பகம், தருமபுர ஆதீனம், மயிலாடுதுறை, பதி. 2011, பக். 1192.

வேதங்களைப் பாடித் திருவெண்ணீற்றினைப் பூசி, வீடுகள் தோறும் பிச்சையேற்றுத் திரியும் அப்பெருமான் வீற்றிருந்தருளும் இடம் பறையொலியும் சங்கொலியும் விளங்கத் திருவிழாக்கள் நிகழும் திருப்பரிதி நியமம் எனும் திருத்தலமாகும் எனக் குறிப்பிடுகிறார்.

'மறையொலி பாடிவெண் ணீறுபூசி மனைகள் பலிதேர்வார்
இறைவனை சோர வெழில்கவர்ந்த விறைவர்க் கிடம்போலும்
பறையொலி சங்கொலி யால் விளங்கும் பரிதிந் நியமமே'[35]
(3918:2-4)

பண்: பழம் பஞ்சுரம்

என்ற பாடலும் மறையொலியையும், பறையொலியையும் சங்கொலியையும் ஒருங்கிணைத்துக் காட்டுகிறது.

'பறைகொள் பாணியர் பிறைகொள் சென்னியர்
பட்டினத்துறை பல்லவனீச்சரத்
திறைவரா யிருப்பார் இவர் தன்மை யறிவாரார்'[36] *(4010)*

பண்: பழம்பஞ்சுரம்

'இறைவன் பறை என்னும் இசைக் கருவியை உடையவன். பிறைச்சந்திரனைத் தலையிலே அணிந்துள்ளவன். காவிரிப்பூம்பட்டினத்துப் பல்லவனீச்சரத்தில் யாவர்க்கும் தலைவனாய் விரும்பி வீற்றிருந்தருளுபவன் இவர் தன்மை யார் அறிவார்'[37] எனும் பொருளைக் கொண்டது இப்பாடல். சிவபெருமானின் கையிலுள்ள உடுக்கை எனும் சிறுபறை, இது இடை சுருங்கு பறை என்றும் வழங்கப்படுகிறது. இறைவனே தன் கையில் ஏந்தியதால் அதற்குரிய சிறப்பைப் பெற்றிருக்கிறது. வேறு எந்த இசைக்

---

35 தேவாரம் பண்முறை ,T.V. கோபால் ஐயர், V–I. ஞானசம்பந்தம் பதிப்பகம், தருமபுர ஆதீனம், மயிலாடுதுறை, பதி. 2011, பக். 382.

36 மேற்படி, பக். 390.

37 பன்னிரு திருமுறை பாட்டும் பொருளும், ஞானசம்பந்தம் பதிப்பகம், தருமபுர ஆதீனம், மயிலாடுதுறை, பதி. 2011, பக். 1260.

கருவியும் இச் சிறப்பினைப் பெறவில்லை என்பதை உணர்த்துகிறது இப்பாடல் வரிகள்.

திருநாவுக்கரசர் நான்காம் திருமுறையில் பாடிய பறை

கி.பி. ஆறாம் நூற்றாண்டின் பிற்பகுதியில் திருமுனைப்பாடி நாட்டில் திருவாமூரில் பிறந்தவர் திருநாவுக்கரசர். தந்தை பெயர் புகழனார். தாயார் பெயர் மாதினியார். அக்காள் பெயர் திலகவதியார். திருநாவுக்கரசுக்குப் பெற்றோர் இட்ட பெயர் 'மருள் நீக்கியார்' என்பதாகும்.

திலகவதியார்க்கு மணப்பருவம் வந்தபோது அவரைக் கலிப்பகையாருக்குத் திருமணம் செய்விப்பதாக இரு வீட்டாரும் திருமண முன்னேற்பாடு நடந்துகொண்டிருந்தபோது கலிப்பகையார் போருக்குச் சென்று போரில் உயிர் நீத்தார். இந்நிகழ்ச்சியை அடுத்து நாவுக்கரசர் தந்தை புகழனாரும், தாயார் மாதினியாரும் உயிர்நீத்தனர். திலகவதியார் திருமணம் ஆகாவிடினும் கணவனாக உறுதிப்பாடு பெற்றிருந்த கலிப்பகையாரையே கணவனாகக் கொண்டு, உடன்கட்டை ஏறத்துணிந்தார். ஆனால் மருள்நீக்கியார் அக்காள் உடன்கட்டை ஏறுதலைத் தடுத்து நிறுத்தினார் என்பது அவர் வாழ்வில் குறிப்பிடத்தக்க நிகழ்வாகும்.

மருள்நீக்கியார் (நாவுக்கரசர்) பாடலிபுரம் சென்று சமண மதக் கொள்கைகளைக் கற்றுச் சமண மதத் தொண்டரானார். இவர் அறம் கூறும் திறத்தில் தலைசிறந்து விளங்கிய காரணத்தால் அங்கு இவரை 'தருமசேனர்' எனப் பெயரிட்டு அழைத்தனர். இவர் சூலை நோய் எனும் வயிற்று வலியால் துன்பப்பட்ட பொழுது சிவனின் அருளால் சூலை நோய் நீங்கியது. செந்தமிழில் சொல்வளப்பம் மிக்க பதிகம் பாடினமையால், 'நாவுக்கரசர்' என்னும் நற்பெயர் நினக்கு எங்கும் வழங்குக' என்று அருளியதால் நாவுக்கரசர்

திருநீறும் கண்டிகையும் சிறக்க அணிந்து, சிவபெருமானின் புகழ்பாடும் சிந்தனையுடன் உழவாரப் படையும் தாங்கி ஊர் ஊராய்ச் சென்று சைவ நெறியைப் பரப்பி வந்தார். இவர் சீர்காழிக்குச் சென்று திருஞான சம்பந்தரைக் கண்டபோது அவரை 'அப்பரே' என்று அழைத்தார். அப்பொழுது முதல் அப்பர் என்று அழைக்கப்பட்டார். இவர் வாகீசர், தாண்டக வேந்தர், சைவ உலகின் செஞ்ஞாயிறு என்று பல பெயர்களால் அழைக்கப்பட்டார்.

சங்கம் என்னும் சொல் முதன்முதலில் இவர் பாடிய திருப்பத்தூர்த் தேவாரத்தில்

'நன்பாட்டுப் புலவனாய்ச் சங்கமேறி
நற்கனகக் கிழி தருமிக்கருளினோன் காண்'[38] *(70/1)*

என்ற பாடலில் குறிப்பிட்டுள்ளார். சமண சமயத்தார் பயன்படுத்திய 'சங்கம்' எனும் சொல் நாவுக்கரசர் சமண சமய நெறி அறிந்தவராதலால் இச்சொல்லை அவர் வழங்கியிருக்கலாம் எனத் தோன்றுகிறது.

இவர் பாடிய நான்காம் திருமுறை, ஐந்தாம் திருமுறை, ஆறாம் திருமுறைகளில் மக்களுக்கு அறக்கருத்துக்களை எடுத்துரைத்தார். சாதிமத பேதங்களைச் சாடினார். சாதிய உணர்வை நம் மனத்திலிருந்து அழிப்பதே சிறந்த அறமென நாவுக்கரசர் உணர்த்துகிறார்.

'அங்கம் எலாம் குறைந்(து) அழுகு தொழுநோயராய்
ஆவுரித்துத் தின்(று) உழலும் புலையரேனும்
கங்கை வார்சடைக் கரந்தார்க் கன்பர் ராகில்
அவர் கண்டீர் நாம் வணங்கும் கடவுளாரே'[39] *(7/93)*

38 தேவாரம் பண்முறை, T.V. கோபால் ஐயர், V–II. ஞானசம்பந்தம் பதிப்பகம், தருமை ஆதீனம், மயிலாடுதுறை, பதி. 2011, பக். 339.

39 மேற்படி, பக். 369.

பொருள்: அங்கமெல்லாம் அழுகிக் கொட்டி குறைந்து அருவருக்கும் நிலை கொண்டு விளங்கி வணங்கத்தக்கதாகிய ஆவினைக் கொன்று அதனையே உண்டு வாழும் புலையராயினும் அவர் கங்கைதாங்கிய சடையுடையார்க்கு அன்பராகில் அவரே யாம் வணங்கும் கடவுளாவார்." (திருநாவுக்கரசு சுவாமிகள் தேவாராம் பகுதி 3, உரை: புலவர் பி. ரா. நடராசன், உமா பதிப்பகம், பதி. 2011. பக். 414)

இவ்வாறு சமுதாய அறக்கருத்துகளையும் இறைவனைச் சிறப்பித்தும் பாடிய இவருடைய பாடல்கள் இசையை அடிப்படையாகக் கொண்டவையாகும்.

உடுக்கை, கல்லலகு, கின்னரம், குடமுழா, குழல், கொக்கரை, பறை, கொடுகொட்டி, சச்சரி, தகுணிச்சம், தமருகம், துடி, பறண்டை, பிடவம், முழவம், மொந்தை, யாழ், வீணை ஆகிய இசைக் கருவிகளை நாவுக்கரசர் தேவாரத்தில் குறிப்பிடுகிறார். இறைவனை ஓசையாகவும், ஒலியாகவும், இவர் உணருவதால் 'ஓசை ஒலி எலாம் ஆனாய் நீயே' எனத் திருவையாற்றுத் திருப்பதிகம் பாடினார். சைவ சமயச் சிந்தனையாளர்கள் சிவபெருமானின் அதாவது இறைமை தொடர்பான அனைத்தும் அருளாளர்களின் செவிகட்கு நாதங்களாக்கப்பட்டு இன்பம் அளித்தன எனக் குறிப்பிடுகின்றனர்.

'பெருமான், தானொருவனே, படைத்தல், காத்தல், ஒடுக்குதல், மறைத்தல், அருளல் என்னும் ஐந்தொழில்களையும் செய்தலை

தோற்றம் துடியதனில்; தோயும் திதி அமைப்பில்,
சாற்றியிடும் அங்கியிலே சங்காரம்; - ஊற்றமா
ஊன்று மலர்ப்பதத்தில் உற்றதிரோதம்; முத்தி

நான்ற மலர்ப்பதத்தே நாடு[40]   (உண்மை. 35)

என்று திருவெண்பா உணர்த்துகிறது. இதில் பெருமானின் திருக்கரத்திலே துடி (உடுக்கை) உள்ளது. அதிலிருந்து எழும் நாதமே சிருட்டி (படைத்தல்) செய்வதாகக் கூறப்பட்டுள்ளது. அதாவது பெருமான், அந்நாதத்தால் படைத்தல் செய்கிறான். இது 'பறைநாதம்' எனப்படும். இனிப் பரநாதம் என்பது ஒன்றுண்டு. 'பரநாத மூலத் தலத்து முளைத்த முழுமுதலே' (மீனா. முத். 1) எனச் சக்தியின் வெளிப்பாட்டை ஸ்ரீ குமரகுருபர சுவாமிகள் அறிவித்தார்கள்.

"நவந்தரு பேதத்து, அருவக் கோட்பாடு நான்கனுள், (சிவம், சத்தி, நாதம், விந்து) ஒன்றினொன்று தோன்றும் தொடர்ச்சி முறையுள், 'சிவம் சத்தி தன்னை யீன்றும்' (சித். சயக். 167) என்ற அடிப்படையில் பரநாத மூலத் தலத்து முளைத்த முழுமுதல் என்றார் ஸ்ரீசுவாமிகள். அகச் சக்திக்கும் நாதம் (பரநாதம்) மூலம் ஆகுகிறது.; சிருட்டிக்கும் நாதம் (பறை நாதம்) மூலம் ஆகிறது"[41]

எல்லாவற்றையும் உருவாக்கும் நாதத்தையும் பறைநாதம் என்று விளக்குகிறார்கள் சைவ சமயச் சிந்தனையாளர்கள். பறை இசைக் கருவியையும் அதன் ஒலியையும், அருளாளர்கள் புறக்கணிக்கவில்லை. திருஞானசம்பந்தரும், திருநாவுக்கரசரும், மாணிக்கவாசகரும், திருமூலரும், நக்கீரரும், சேக்கிழாரும் பாடிய பதிகங்களில் பாசுரங்களில் பறை இசையானது இடம் பெற்றுள்ளதே இதற்குச் சான்று.

---

40 உண்மை விளக்கம், உரை: க. வச்சிரவேலு முதலியார், (மொ.பெ.) ஜெ.எம். நல்லசாமிப்பிள்ளை, பதி. நல்லூர் சா. சரவணன் சைவ சித்தாந்த பெருமன்றம், சென்னை, 2017, பக். 35.

41 மேற்படி, பக். 38.

நாவுக்கரசர் கூறும் பறையினோசையும் மறையினோசையும்

இறை வழிபாட்டில் இசைக்கப்படும் கருவிகளை அதன் முக்கியத்துவத்தை ஆழ்வார்களும் நாயன்மார்களும் தங்களுடைய பாடல்களில் குறிப்பிடுவது ஒரு முறைமையாகப் பின்பற்றியுள்ளனர். நாவுக்கரசரும்

'நிலவெண் சங்கும் பறையும் ஆர்ப்ப நிற்கில்லாப்
பலரும் இட்ட கல்லவடங்கள் பரந்தெங்கும்
கலவ மஞ்ஞை கார் என்றெண்ணிக் களித்து வந்து
அலமர் ஆரூர் ஆதிரை நாளால் அது வண்ணம்'[42] *(4381)*

என்று பாடியுள்ளார்.

நிலவைப் போன்று வெண்ணிறம் கொண்ட சங்குகள், பறை எனப்படும் தோல் இசைக் கருவிகள், எழுப்பும் ஓசையினோடு, பல மங்கையர்கள் இடைவிடாது ஆடுவதால் அவர்கள் காலில் கட்டிய சலங்கைகள் எழும்பும் ஒலியும் இணைந்து தோன்றும் ஒலி, மேகங்கள் உண்டாக்கும் இடியோசை போல் ஒலிப்பதால், மழைவரும் என்று எதிர்பார்த்து மகிழ்வுடன் தங்களது தோகையை விரித்து நடனமாடும் மயில்கள், மழை ஏதும் இல்லாததால் ஏமாற்றம் அடைந்து வருந்துகின்றன. இவ்வாறு ஆரவாரம் மிகுந்து மங்கையர்களின் நடனமும், மயில்களின் நடனமும் நடைபெறும் ஆரூர் ஆதிரைத் திருவிழாவின் அழகு காண்போர் உள்ளத்தில் நிலைபெற்று நிற்கின்றது"[43] என்பது மேற்கண்ட பாடலின் திரண்ட கருத்தாகும்.

பெருமானின் சன்னதியில் அடியார்கள் வெண்சங்கை தங்களது வாயில் வைத்து ஊதி ஒலி எழுப்பும் வழக்கம் பண்டைய நாட்களில் பெரிதும் பரவியிருந்தது போலும்.

---

42 தேவாரம் பண்முறை, T.V. கோபால் ஐயர், V-II. ஞானசம்பந்தம் பதிப்பகம், தருமை ஆதீனம், மயிலாடுதுறை, பதி. 2011, பக். 23.

43 மேற்படி, பக். 28.

சங்கொலி எழுப்புவதும் பறையொலி எழுப்புவதும் பண்டைய நாட்களில் மங்கல வழக்காகக் கருதப்பட்டு வந்தது என்ற செய்தி இந்தப் பாடலில் உணர்த்தப்படுகின்றது. இவ்வாறு ஒலி எழுப்பி மற்றவர்களின் கவனத்தைக் கவர்ந்து, அனைவரையும் திருக்கோயில் வழிபாட்டிற்கும், திருவிழாக்களுக்கும் அழைப்பது இதன் நோக்கமாக இருந்துள்ளது. ஆதிரைத் திருநாள் விழாவினில் வெண்சங்கும், பறையும் எழுப்பும் ஒலிகள் இடைவிடாது ஒலித்தன என்பதை நாவுக்கரசர் பாடலின் மூலம் உணரலாம்.

பலரையும் அச்சுறுத்தும் பறையின் ஒலியோடு பூதங்கள் பாட ஆடும் கழுமலப் பெருமான் எனப் பாடுகிறார். ஒரு பாடலில்

‘விரிக்கு மரும்பதம் வேதங்களோதும் விழுமிய நூல்
உரைக்கி லரும் பொரு ளுள்ளுவர் கேட்கிலு லகமுற்றும்
இரிக்கும் பறையொடு பூதங்கள் பாடக் கழுமலவன்
நிருத்தம் பழம்படியாடுங் கழனம்மை யாள்வனவே’[44] (4962)

எனக் கூறுவதைக் காணலாம்.

‘வேதங்களின் சொற்களால் விரித்துரைக்கப்படுபவனாய், மேம்பட்ட நூல்களாற் சிறப்பித்து ஓதப்படுபவனாய், சொற்களால் மக்கள் விளக்கிச் சொல்லமுடியாத அரும்பொருளாய், தன்பெருமையைக் கேட்பவர் தியானிக்கத் தக்கவனாய், உள்ள கழுமலப் பெருமான் தன் ஓசையால் பலரையும் அச்சுறுத்தும் பறையின் ஒலியோடு பூதங்கள் பாடத் தான் பண்டு ஆடும் அந்த வகையிலேயே ஆடுவதற்குப் பயன்படுத்தும் திருவடிகள் நம்மை அடிமையாக ஏற்பனவாகும்’.[45]

இறைவனின் சிறப்பைப் பெருமையைக் கூறும் இப்பாடலில் பறையின் பேரொலியும் முக்கியத்துவம் பெறுகின்றது.

---

44 மேற்படி, பக். 81.

45 மேற்படி,

பறை இறையோடு தொடர்புடையது என்பதோடு தெய்வப் பாடல்களோடும், வேதங்களோடும் (மறையினோசை) தொடர்புடையதாகப் பதிகம் பாடியுள்ளார் நாவுக்கரசர்.

திருஞானசம்பந்தரைப் போன்றே திருநாவுக்கரசரும் நான்காம், ஐந்தாம், ஆறாம் திருமுறைகளான தேவாரப் பாடல்களில் இறைவனோடு இணைந்துள்ள பறையிசையைப் பாடியுள்ளார்.

'நிலவெண்சங்கும் பறையும் மார்ப்ப'[46] (4381:1)

"இரிக்கும் பறையொடு பூதங்கள் பாடக் கழுமலவன்'[47] (4962:3)

என நான்காம் திருமுறையும் (திருநாவுக்கரசர்),

'பறையி னோசையும் பாடலினோசையும்
மறையி னோசையும் மல்கி யயலெலாம்
நிறையும் பூம்பொழில் சூழ்திரு நின்றியூர்
உறையு மீசனை யுள்குமென் னுள்ளமே'[48] (5467)

'பறையின் ஓசையும், தெய்வப் பாடல்களில் ஓசையும், வேதங்களின் ஓசையும் நிறைந்து மருங்கெல்லாம் ஒலிக்கின்ற பூம்பொழில் சூழ்ந்த திருநின்றியூரில் உறையும் ஈசனை என்

46 மேற்படி, பக். 23.
'தமிழ் வேதம் என்று அழைக்கப்படுபவை பன்னிரு திருமுறைகளே. அவை தேவாரம், திருவாசகம், திருவிசைப்பா, திருப்பல்லாண்டு, பெரியபுராணம் போன்ற பல்வேறு நூல்களின் தொகுப்பே. வேதங்களைப் போலவே இசையும் சிவபெருமானின் உருவத்தையும், விபூதி, உருத்திராட்சம், பிரணவம், பஞ்சாட்சர மகிமை, சரியை, கிரியை, யோகமார்க்கம், அன்பு நெறி சிவபெருமானின் அருளிச் செயல்கள், சிவ பெருமானின் பேராற்றல் பற்றியும் கூறுகின்றன' (தமிழ் இசைக் கருவூலம், சுப்புலட்சுமி மோகன், திருக்குறள் பதிப்பகம், சென்னை 78. 2009, ப. 95)

47 தேவாரம் பண்முறை, T.V. கோபால் ஐயர், V–II. ஞானசம்பந்தம் பதிப்பகம், தருமை ஆதீனம், மயிலாடுதுறை, பதி. 2011, பக். 81.

48 மேற்படி, பக். 134.

உள்ளம் உள்குகின்றது'[49] என இறையும் பறையும் மறையும் ஒன்றோடு ஒன்று இணைந்தும் நிறைந்தும் காணப்பட்டதாக ஐந்தாம் திருமுறைப் பாடல்கள் எடுத்துக் காட்டுகின்றன.

'பறையோடு பல்கீதம் பாடி னான்காண்
ஆடினான் காண்பாணி யாக நின்று
மறையோடு மாகீதங் கேட்டான் றான்காண்
மாகடல்சூழ் கோகரணம் மன்னி னானே'[50] *(6748:3-4)*

'பறை ஒலிக்கப் பல பாடல்கள் பாடியவனாய், தாளத்திற்கு ஏற்ப ஆடியவனாய், அடியார்கள் ஓதும் வேத ஒலியையும் பாடும் பாடல் இசையையும் செவிமடுத்தவனாவன்'[51] என ஆறாம் திருமுறையில் நாவுக்கரசர் இறைவனே பறை ஒலிக்கப் பாடல்களைப் பாடுவதாக இப்பதிகத்தில் பாடியுள்ளார்.

சுந்தரமூர்த்தி நாயனார் பாடிய பறை

அறுபத்து மூன்று நாயன்மார்களுள் ஒருவர் சுந்தரமூர்த்தி நாயனார். தந்தை சடையனார் என்னும் சிவாச்சாரியார். தாயார் இசைஞானியார். திருமுனைப்பாடி நாட்டைச் சேர்ந்த திருநாவலூரில் பிறந்தார். இவருடைய திருமண நாளன்று முதியவர் ஒருவர் வடிவில் அங்கு வந்த ஈசன், சுந்தரருடைய பாட்டனார் எழுதிக் கொடுத்ததாகச் சொல்லப்பட்ட ஓர் ஓலையைக் காட்டி, சுந்தரரும் அவர் வழித் தோன்றல்களும் தனக்கு அடிமை என்றார். திருமணம் தடைப்பட்ட சுந்தரரை அழைத்துக்கொண்டு கோயிலுள் நுழைந்த வயோதிகர் திடீரென மறைந்தார். இறைவனே தன்னைத் தடுத்தாட்கொண்டதை உணர்ந்த

49 பன்னிரு திருமுறை பாட்டும் பொருளும், ஞானசம்பந்தம் பதிப்பகம், தருமபுர ஆதீனம், மயிலாடுதுறை, பக். 274.

50 தேவாரம் பண்முறை, T.V. கோபால் ஐயர், V–II. ஞானசம்பந்தம் பதிப்பகம், தருமை ஆதீனம், மயிலாடுதுறை, பதி. 2011, பக். 295.

51 மேற்படி, பக். 295.

சுந்தரர், ‘பித்தா பிறைசூடி’ என்ற தனது முதல் தேவாரப் பதிகத்தைப் பாடித் துதித்தார். பின்னர் இறைத் தொண்டில் தன்னை ஈடுபடுத்திக் கொண்டார் என்பது இவரைப் பற்றிய வரலாறாகும்.

சுந்தரர் இயற்றிய பதிகங்களை ‘திருப்பாட்டு’ என்று வழங்கினர். இவர் முப்பத்து எட்டாயிரம் பதிகங்கள் இயற்றியதாகக் குறிப்பிடப்படுகிறது. அவற்றில் கிடைத்த பதிகங்கள் நூற்றியொன்று, சிவத்தலங்கள் தோறும் சென்று தேவாரப் பதிகங்கள், பாடி ஈசனை வணங்கி வந்தார். இறைவனிடத்தில் இவர் கொண்டிருந்த பக்தி ‘சகமார்க்கம்’ என்று சொல்லப்படுகின்ற தோழமை வழியைச் சார்ந்தது. இறைவனைத் தனது தோழனாகக் கருதித் தனக்குத் தேவை ஏற்பட்டபொழுது உரிய உதவியைக் கேட்டுப் பெற்றுக்கொண்டார் எனக் குறிப்பிடப்படுகிறது.

சுந்தரமூர்த்தி நாயனார் பாடிய தேவாரங்கள் ஏழாம் ஆம் திருமுறையில் சேர்க்கப்பட்டுள்ளன. இவருடைய பதிகங்களில் பண்கள் பற்றிய குறிப்புகளும், பா வகைகளும், பல்வேறு இசைக் கருவிகள் பற்றிய குறிப்புகளும் நிரம்பியுள்ளன.

சுந்தரர் ஒரே பாடலில் பல இசைக் கருவிகளைச் சிவபெருமானின் நடனத்தின்போது வாசிக்கப்பட்டன என்கிறார்.

தக்கை, தண்ணுமை, தாளம் வீணை, தகுணிச்ச கிணை, சல்லரி
கொக்கரை குடமுழவினோடு இசைகூடிப்பாடி நின்றாடுவீர்
பக்கமே குயில் பாடும் பைஞ்ஞீலியே னென்று நிற்றிரால்
அக்குமாமையும், பூண்டிரோ சொலுமாராணீய விடங்கரே’[52]
(7604)

இறைவனுக்குரிய இசைக் கருவிகளாகக் குறிப்பிடப்பட்ட இவற்றுள் வீணை தவிர பிற அனைத்தும் தோற்கருவிகளே.

52 மேற்படி, பக். 421.

பறை எனப் பொதுவாக அழைக்கப்பட்ட தோற்கருவியின் வகைகளே இவை என்பதும் கவனிக்கத்தக்கது.

சுந்தரமூர்த்தி நாயனார் தேவாரத்தில் சிவனை இசை வடிவமாகக் காணுகிறார். ஏழிசையினன் (71:9), இசை ஏழுகந்தார் (19:4), ஏழிசையாய் (51:10) என ஏழிசைக் குரியவனாகவும், பண்ணார் இந்தமிழாய் (24:5) பண்ணிடைத் தமிழ் ஒப்பாய் (29:6) பண்ணுளீராய் பாட்டும் ஆனீர் (6:4) எனப் பண்மயமானவனாகவும், பாடலுக்குரியனவாகவும் பதிகங்களை இயற்றியுள்ளார்.

‘பறையுங் குழலும்
ஒலி பாட லியம்ப
அறையுங் கழலார்க்க
நின்றாடும் அமுதே
குறையாய் பொழில்சூழ்
தருகோடிக் குழகா
இறைவா தனியே
இருந்தாய் எம்பிரானே’[53] *(7561:2-4)*

‘பறையுங் குழலும், ஒலிக்கின்ற பாடலும் முழங்க, ஒலிக்கின்ற கழல் ஆரவாரிக்கும்படி அம்பலத்தில் தோன்றி நின்று ஆடுகின்ற அமுதம் போல்பவனே. குறைதல் இல்லாத சோலைகள் சூழ்ந்த கோடிக்கரைக் கண் உள்ள அழகனே, இறைவனே எம்பெருமானே, நீ ஏன் இங்குத் தனியாய் இருக்கின்றாய்’[54]

‘நறைசேர் மலரைங் கணையானை
நயனத் தீயாற் பொடிசெய்த
இறையா ராவர் எல்லார்க்கும்
இல்லை யென்னா தருள்செய்வார்
பறையார் முழவம் பாட்டோடு

53 மேற்படி, பக். 417.

54 பன்னிரு திருமுறை பாட்டும் பொருளும், ஞானசம்பந்தம் பதிப்பகம், தருமபுர ஆதீனம், மயிலாடுதுறை, பதி. 2011, பக். 356.

பயிலுந் தொண்டர் பயில்கடவூர்ப்
பிறையார் சடையார் மயானத்துப்
பெரிய பெருமா னடிகளே.'[55] (7778)

ஒலிக்கின்ற மத்தளம், பிற பறை இவற்றைப் பாடல்களோடு பயில்கின்ற அடியார்கள் நிறைந்த திருக்கடவூர் மயானத்தில் எழுந்தருளியிருக்கும் பெரிய பெருமானடிகளாகிய சிவபெருமானார், தேன்பொருந்திய் ஐந்துவகை மலர்களாகிய அம்புகளையுடைய மன்மதனை, கண்ணில் உண்டாகிய நெருப்பாற் சாம்பலாக்கிய இறைவராவார்: இல்லை என்று சொல்லாமல் யாவருக்கும் அவரவர் விரும்பியவற்றை ஈபவர், பிறை பொருந்திய சடையை யுடையவர்.[56]

கோடிக்கரைக்கண், திருக்கடவூர் மயானத்தில் ஆடும் சிவபெருமானின் நிலையை மேற்கண்ட பாடல்களில் சுந்தரமூர்த்தி நாயனார் குறிப்பிடுகிறார்.

மாணிக்கவாசகர் போற்றிய நாதப்பறை

மாணிக்கவாசகர் சைவ சமயக் குரவர்கள் நால்வரில் ஒருவர். இவர் ஒன்பதாம் நூற்றாண்டில் வரகுணபாண்டியன் (863-911) காலத்தில் வாழ்ந்தவர். இவர் திருவாதவூரில் பிறந்தவர். திருவாதவூரடிகள் என்பது மாணிக்கவாசகரின் இயற்பெயர். திருவாசகமும், திருக்கோவையும் இவர் இயற்றிய நூல்களாகும். இவர் வரகுண பாண்டியனிடம் தலைமையமைச்சராகப் பணியாற்றியவர். சிறந்த சிவ பக்தரான இவர் பக்திச் சுவையுடன் பாடிய, மனதை உருக்கும் திருவாசகப் பாடல்கள் தமிழில் சிறந்த பக்தி இலக்கியங்களின் வரிசையில் வைத்துப் போற்றப்படுகிறது. சைவநெறியைப் பின்பற்றிய இவர் 32 ஆண்டுகளே

---

55 தேவாரம் பண்முறை,T.V. கோபால் ஐயர், V–II. ஞானசம்பந்தம் பதிப்பகம், தருமபுர ஆதீனம், மயிலாடுதுறை, பதி. 2011, பக். 442.

56 தேவாரம், பாட்டும் பொருளும், ஞானசம்பந்தம் பதிப்பகம், தருமபுர ஆதீனம், மயிலாடுதுறை, பதி. 2011, பக். 472.

வாழ்ந்தார். இவருக்கு அருள்வாசகர், தென்னவன் பிரமராயன் என்ற பெயர்களும் உண்டு.

'திருவாசகத்திற்கு உருகாதார் ஒரு வாசகத்திற்கும் உருகார்' என்ற புகழ்பெற்ற வரிகள் மூலம் திருவாசகத்தின் பெருமையைத் தமிழறிஞர்கள் உணரச் செய்தனர்.

'திருவாசகத்தில் ஆறுநூற்று ஐம்பத்தெட்டுப் பாடல்கள்: இவை ஐம்பத்து ஒன்று பகுதிகளாகப் பகுக்கப்பட்டுள்ளன. உயிர் உய்தியடையும்படி பாடப்பட்டவை. அம்மானை திருப்பூவல்லி, திருப்பொன் சுண்ணம், திருவெம்பாவை, திருச்சாழல் முதலியவை பெண்கள் பாடும் பாடற்பகுதிகள். திருப்பள்ளியெழுச்சி காலையில் பாடப்பட்டது. திருவெம்பாவை மார்கழிமாதம் வைகறைப் பொழுதில் ஓதி உய்வடைக்கூடியது. இவ்வாறே ஒவ்வொரு பகுதியும் பாடற்குரியதாய், பாடப்பட்டதாய் விளங்குகிறது. திருவாசகத்தை இசைக் கண்கொண்டு பார்த்து, இதனை இசைவளர்த்த நூலாகக் கொள்ளலாம்'[57]

திருவாசகப் பாடல்களில் பல்வேறு இசைக் கருவிகள் இடம்பெற்றுள்ளன. சங்கு (7:8), சிலம்பு (13:18), துடி - உடுக்கை (29:5, 40:2), நாதப் பெரும்பறை (2:108, 17:1), முரசு (3:74), வீணை (3:35), யாழினர் (20:4) ஆகிய இசைக் கருவிகள் இடம்பெற்றுள்ளன. இதில் 'நாதப் பெரும்பறை' எனச் சிறப்பித்துக் கூறியுள்ளார் மாணிக்கவாசகர்.

திருவாசகத்தின் 'கீர்த்தித் திருவகவல் பகுதி' இறைவன் அன்பர்க்கருள் புரிந்த செய்திகளைக் கூறுவதன் வாயிலாக அவன் புகழினை இயம்பும் அகவற்பா. இது தில்லையிலருளிச் செய்யப்பட்டமை 'தில்லை' என்று தொடங்கியதால் விளங்கும்'[58] 76 எனக் குறிப்பிடப்படுகிறது.

---

57 தமிழிசை. கலைக் களஞ்சியம், தொகுதி 3, வீ.ப.கா. சுந்தரம், பாரதிதாசன் பல்கலைக்கழகம், திருச்சி, 2006, பக். 87.

58 திருவாசகம், மாணிக்கவாசகர் (உரைவிளக்கம்), கா. சுப்பிரமணிய பிள்ளை, நல்லறப் பதிப்பகம், சென்னை, பதி. 2014, பக். 54.

இதில் இறைவனுடைய தெய்வ வடிவத்தைக் குறிப்பிட்டுக் காட்டும் பாடலான,

‘ஊனந் தன்னை ஒருங்குடன் அறுக்கும்
ஆனந் தம்மே ஆறா அருளியும்
மாதிற் கூறுடை மாப்பெருங் கருணையன்
நாதப் பெரும்பறை நவின்று கறங்கவும்
அழுக்கடை யாமல் ஆண்டுகொண் டருள்பவன்’[59]

(திருவாசகம், 105-109)

‘பேரின்பத்தையே தமது ஆறாகக் கொண்டருளியும், உமையம்மையை ஒரு பாகத்திலுடைய கைமாறற்ற பேரருளாளன், நாத தத்துவமாகிய பெரும்பறையானது இடைவிடாது ஒலிப்பக் கொண்டும் வாசனா மலந் தாக்காமல் அன்பர்களைத் தடுத்தாட் கொள்ளுபவன்’[60]

இப்பாடலில் இடம்பெறும் நாதப்பெரும்பறை என்பது முரசு ஒலி எனக் குறிப்பிடுகிறார் தமிழிசை அறிஞர் வீ.ப.கா. சுந்தரம். சிவனுடைய ஆடலின்போது நாதப்பெரும்பறை எனப்படும் முரசு ஒலி இடைவிடாது ஒலிக்கின்றது. பறையின் ஒலியை ஆர்ப்ப, முழங்க, கறங்க, சாற்ற, துவைப்ப, ஒலிப்ப, இசைக்க, இயம்ப, விளிப்ப, விம்ம, சிலம்ப, தெளிர்ப்ப, இரட்ட, ஆலித்த எனப் பல்வேறு சொற்களால் தமிழிலக்கியங்களில் குறிப்பிட்டுள்ளனர். இவை தமிழர்களின் இசை நுணுக்கத்தை, இசை அறிவாற்றலை எடுத்துக்காட்டுகின்ற உணர்த்துகின்ற சொற்கட்டுகளாகும். இறைவனுடைய (சிவனுடைய) தோற்றத்தைச் சொல்லும்போதும், சிவனுடைய ஆட்டத்தைச் சொல்லும்போதும், சிவனுடைய நாத தத்துவத்தைச் சொல்லும்போதும், ‘பறை’ எனும் சொல் இடம்பெறுவதைக் காணலாம். ‘நாத தத்துவத்திலுள்ள சூக்கும வாக்கு என்றும் ஒலித்துக்கொண்டிருப்பதனாலே உலகெலா மியங்குமாதலின்

59 மேற்படி. பக். 54.

60 மேற்படி. பக். 54

அதனைப் பெரும்பறை என்றார். நவிலுதல் இடையின்றிப் பயிலுதல், இறைவன் உயிர்கள் மேல் வைத்த கருணையாலே தூய மாயையின்றி சிவ தத்துவமாகிய நாத தத்துவத்தைத் தோற்றுவித்தலின் 'கருணையன்' என்பதோடு நாதப் பெரும்பறை யென்பதை உடன்புணர்த்துக் கூறினார். (ப. 55) என்று விளக்கமளித்துள்ளார் கா.சு. பிள்ளை.

சிவனுடைய தோற்றத்தில் உள்ள ஒவ்வொன்றிற்கும் ஒரு தத்துவப் பொருள் உள்ளதென சைவத் திருமுறைகளை ஆராய்ந்தறிந்த அறிஞர்கள் பல்வேறு விளக்கங்களை அளித்துள்ளனர். ஆனால் மனித சமுதாயத்தினரிடையே தொடர்பு ஊடகமாக இருந்த ஒரு பறை, அவர்களின் வாழ்வியலோடு இணைந்த ஓர் இசைக் கருவியான பறை ஆதி அந்தமாய் விளங்கும் சிவனுடைய கையிலும் இடம்பெறுகிறது. அவருடைய ஆடலிலும், பாடலிலும் ஒலிக்கின்றது என்பது அதன் தொன்மையையும், முக்கியத்துவத்தையும் காட்டுகிறது என்பதை இன்றைய தத்துவமறியாத சாமானியன் புரிந்துகொள்ள வாய்ப்பு உள்ளது.

திருத்தசாங்கம் (19) பகுதியில் அரசனது பத்துறுப்புங் கூறுந் திருப்பதிகம் எனப்படும் இப்பாடல் வரிசை இளங்கிளியிடம் சொல்வது போன்று அமைந்துள்ளது. இதில் உள்ள 8 ஆவது பாடலில் மூலநாதமாக விளங்கும் பறையின் சிறப்பைக் குறிப்பிடுகிறார் மாணிக்கவாசகர்.

'இன்பால் மொழிக்கிள்ளாய் எங்கள் பெருந்துறைக்கோன்
முன்பால் முழங்கும் முரசியம்பாய் -அன்பால்
பிறவிப் பகைகலங்கப் பேரின்பத் தோங்கும்
பருமிக்க நாதப்பறை'[61] *(திருவாசகம் - 19:8)*

---

61 திருவாசகம், மாணிக்கவாசகர், (உரைவிளக்கம்), கா. சுப்பிரமணியபிள்ளை, நல்லறம் பதிப்பகம், 2014, பக். 328.

‘இனிய பால் போன்ற சொல்லுடைய கிளியே! நமது திருப்பெருந்துறைப் பெருமான் திருமுன் பக்கமாக ஒலிக்கும் முரசினைப் புகழ்ந்துரைப்பாயாக (அது யாதெனில்) இறையருளால் பிறவியாகிய பகைப் பொருள் கலங்கி ஒழியும்படி பேரின்பமயமான சுத்த தத்துவத்தை ஒலிக்கும் விரிவு மிகுந்த மூலநாதமாகிய பறையே’[62]

‘பறை முழங்கத்தாற் பகைவர் மனங் கலங்குவராதலின் ‘பிறவிப் பகை கலங்க’ என்றார். (பக். 329)

திருப்படையெழுச்சி (46) பகுதியில் பிரபஞ்சப் போர் குறித்துப் பாடும் பதிகத்தில் பிரணவ நாதமாகிய ‘பறையை அறையுங்கள்’ என்று மாணிக்கவாசகர் குறிப்பிடுகிறார்.

‘ஞானவாள் ஏந்துமையர் நாதப் பறையறைமின்
மானமா ஏறுமையர் மதிவெண்குடைகவிமின்
ஆனநீற் றுக்கவசம் அடையப் புகுமின்கள்
வானவூர் கொள்வோம்நாம் மாயப்படை வாராமே’[63]

(திருவாசகம் - 46:1)

‘சிவஞானமாகிய வாளினைக் கையிலேந்திய தலைவரது பிரணவ நாதமாகிய பறையை அறையுங்கள். பெருமை பொருந்திய விடையிலேறுந் தலைவர்க்குத் திங்களாகிய (அறிவாகிய) வெள்ளைக் குடையை எடுத்துப் பிடியுங்கள். ஆக்கத்தைத் தருந் திருவெண்ணீறாகிய மெய்ப் பையினுள்ளே முழுவதும் புகுந்துகொள்ளுங்கள். மாயா காரியமாகிய சேனைகள் வந்து நம்மைத் தாக்கு முன்னே அருள் வானிலுள்ள இன்பப் பதியை நாம் கைப்பற்றுவோமாக’[64]

சிவதத்துவத்தை, சிவநெறியை ஓங்கி ஒலிக்கச் செய்யுங்கள் என்னும் மறைபொருள் இதனூடாகக் கூறப்படுகிறது.

---

62 மேற்படி. பக். 329.

63 திருவாசகம், மாணிக்கவாசகர், (உரைவிளக்கம்), கா. சுப்பிரமணியபிள்ளை, நல்லறம் பதிப்பகம், சென்னை, 2014. பக். 328.

64 மேற்படி. பக். 496.

அறைந்து சொல்வது என்பதற்குப் பறை என்பது இங்கு மூலப்பொருளாக உள்ளது என்பதையும் காணலாம். எப்படியிருப்பினும் சிவனுக்கு நெருங்கிய பொருளாய், சிவ தத்துவத்துடன் தொடர்புடையதாய்ப் பறை ஒலிக்கின்றது என்பதை மறுக்கமுடியாது. ஆகையால்தான் மாணிக்கவாசகர் அன்னைப் பத்து (17) பகுதியில் ஆத்தும பூரணத்தை விளக்கும் பதிகத்தில் சிவபெருமானை 'நாதப் பறையினர்' எனக் குறிப்பிடுகிறார்.

வேத மொழியர்வெண் ணீற்றர்செம் மேனியர்
நாதப் பறையினர் அன்னே என்னும்
நாதப் பறையினர் நான்முகன் மாலுக்கும்
நாதரிந் நாதனார் அன்னே என்னும்.[65]
(திருவாசகம், 17:1)

'அன்னைப்பத்து' என்பது தாயை நோக்கி மகள் கூறுவதாக இயற்றப்பட்ட செய்யுட் பதிகம் என இதன் விளக்கம் அமைகிறது.

> பொருள்: 'தாயே! தலைவர் ஞானம் உபதேசிக்குஞ் சொல் உடையர், திருவெண்ணீறணிந்தவர், சிவந்த திருமேனியுடையவர், நாத தத்துவமாகிய பறையினையுடையவர் என்பான் நாதமாகிய (ஓங்கார) ஒலி முழக்கினவராகிய இந்த நாயகர் அயனுக்கும் அரிக்கும் தலைவர், தாயே என்பாள்.'[66]

'சிவபெருமானைத் தனது தலைவராகக் கருதிய ஒரு சிறுபெண், தாயை நோக்கி அவர் தன்மைகளைக் கூறுஞ் செய்யுளிது. பிறவுமன்ன. உலகம் இயங்குவதற்குக் காரணமா யெப்பொழுதும் ஒலிக்கும் ஓங்கார ஒலி நாத தத்துவத்தின்கண் விளங்குவதால் 'நாதப்பறையை' என்றார்' எனக் கா.சு. பிள்ளை விளக்கமளித்துள்ளார்.

---

65 மேற்படி. பக். 312.

66 மேற்படி. பக். 312.

பறைமகன் வேடமணிந்த சிவபெருமான்

திருவாரூர் கோயில் திருவிழாவில் பார்ப்பனரையும், பறையரையும் தொடர்புபடுத்தும் ஒரு வழக்கம் அண்மைக் காலம்வரை நடைமுறையில் இருந்து வந்துள்ளதை ஆய்வறிஞர் தொ. பரமசிவன் தம் நூலில் (பண்பாட்டு அசைவுகள், ப. 66) குறிப்பிட்டுக் காட்டியுள்ளார்.

திருவாரூர் கோயில் திருவிழாவின்போது பறையர் ஒருவர் யானைமீது அமர்ந்து கொடிபிடித்துச் செல்லும் வழக்கம் அண்மைக் காலம்வரை நடைமுறையில் இருந்திருக்கிறது.

"ஒருநாள் திருவாரூர்க் கோயிலுக்குள் பார்ப்பனர்கள் யாகம் செய்து கொண்டிருந்தனர். அந்த வேள்வியின் பயனாகச் சிவபெருமான் ஒரு பறைமகன் வேடத்தில் செத்த கன்றுகுட்டியைத் தோளில் போட்டுக்கொண்டு வேள்விக் கூடத்திற்குள் வந்துவிட்டார். வந்தவர் சிவபெருமான் என்பதை உணராத பார்ப்பனர், 'பறையன் உள்ளே வந்துவிட்டான். யாகம் தீட்டுப்பட்டுவிட்டது' என்று கத்திக்கொண்டே வெளியே ஓடிவிட்டனர். சினங்கொண்ட சிவபெருமான், 'நீங்களும் பறையர் ஆகுங்கள்' என்று சாபம் கொடுத்துவிட்டார். சாபத்திலிருந்து விமோசனம் தருமாறு பார்ப்பனர்கள் கெஞ்சினர். மனம் இரங்கிய சிவபெருமான் நிரந்தரமாகப் பறையராவதற்குப் பதில், 'நாள்தோறும் நண்பகல் முதல் ஒரு நாழிகை நேரம் மட்டும் பறையனாய் இருப்பீர்களாக' என்று சாப விமோசனம் தந்தார். அதன்படியே திருவாரூர்க் கோயில் பார்ப்பனர்கள் நண்பகலில் (மத்தியானம்) ஒரு நாழிகை நேரம் பறையர்களாகிவிடுகிறார்கள் என்பது அங்குள்ளவர்களின் நம்பிக்கை. இதனால் திருவாரூர்க் கோயில் பார்ப்பனர்களுக்கு 'மத்தியானப் பறையர்கள்' என்ற பெயர் ஏற்பட்டது.

பறையரானவர் மீண்டும் பார்ப்பனராக வேண்டுமென்றால், தீட்டுக் கழிக்கவேண்டும். எனவே திருவாரூர்க் கோயில்

பார்ப்பனர்கள் மத்தியானம் ஒருமுறை குளிக்கும் வழக்கத்தை மேற்கொண்டிருந்தனர். இந்த வழக்கம் அண்மைக் காலம்வரை நீடித்திருந்தது."[67]

இப்படியான சில நடைமுறைகள் இறைவனோடு தொடர்பு உடையதாகக் குறிப்பிடப்படுகிறது. எப்படியிருப்பினும் பார்ப்பனர்களுக்குப் பறையர் இனமக்கள் தீட்டுக்குரியவர்களாக, தீண்டாமைக்குரியவர்களாகக் காணும் வழக்கம் இருந்து வந்தது. அத்துடன் நில்லாமல், பார்ப்பனரல்லாத மக்களிடமும் மிகத் தீவிரமாக இத்தீண்டாமை நோய் பற்றிக்கொண்டதுதான் இன்றுவரை தொடரும் ஒரு சமூக அவலம்.

காரைக்கால் அம்மையார்:

காரைவனம் என்றழைக்கப்பட்ட காரைக்கால் மாவட்டத்தில் வணிகர்களின் தலைவராக இருந்த தனநந்தன், தர்மவதி தம்பதியருக்கு காரைக்கால் அம்மையார் என்கிற புனிதவதியார் மகளாகப் பிறந்தார். இவருடைய காலம் கி.பி 5 ஆம் நூற்றாண்டு. சிறு வயதில் இருந்தே சிவபெருமான் மீது பக்தி கொண்டவராக இருந்தார். காரைக்காலை அடுத்த நாகப்பட்டினத்தில் உள்ள நீதிபதி ஒருவரின் மகனான பரமதத்தர் என்ற வணிகருக்கு மணம் முடித்துக் கொடுத்தனர். சிவபெருமான் மீது கொண்ட பக்தியினால் இல்லற வாழ்வை விட்டு சிவனடியாராக மாறி இசைத் தமிழால் இறைவனைப் பற்றி முதன்முதலாகப் பாடியவராகவும் தமிழுக்கு அந்தாதி எனும் இலக்கண முறையை அறிமுகம் செய்தவராகவும் விளங்கினார் என்பதை இவருடைய வாழ்க்கை வரலாற்றின் மூலம் அறியலாம். அற்புதத் திருவந்தாதி, திருவாலங்காட்டு மூத்த திருப்பதிகம், திரு இரட்டை மணிமாலை போன்ற நூல்களை இயற்றி சைவத் தமிழுக்குப் பெரும் தொண்டாற்றியுள்ளார். இவருடைய

---

67 பண்பாட்டு அசைவுகள், தொ. பரமசிவன், காலச்சுவடு பப்ளிகேஷனஸ் (பி) லிட், நாகர்கோவில், பதி. 2001. பக். 66.

பதிக முறைகளைப் பின்பற்றியே பிற்காலத்தில் தேவாரப் பதிகங்கள் இயற்றப்பட்டன.

இவர் மூன்று பெண் நாயன்மார்களில் ஒருவரும் மூத்தவருமாவார். கயிலை மலையின் மீது கைகளால் நடந்து சென்றவரை சிவபெருமான் "அம்மையே" என்று அழைத்ததாலும் காரைக்கால் மாநகரில் பிறந்தவர் என்பதாலும் காரைக்கால் அம்மையார் என்று அழைக்கப் பெற்றார்.

காரைக்கால் அம்மையும் இசைக் கருவிகளும்:

சிற்றிலக்கிய வகையில் யாரும் இதுவரை மேற்கொள்ளாத பா நடைகளை மேற்கொண்டு திருவேலங்காடு மூத்த திருப்பதிகம் இயற்றியவர் இவர். பழந்தமிழரின் தமிழ் இசைகளை அதன் வடிவங்களை ஓசைக்கேற்ற கருவிகளை ஆய்ந்துப் பார்த்து தமிழ் பண்ணிசைகளை இந்த மண்ணிற்கு அறிமுகப்படுத்திய தமிழிசை நாயகி கரைக்கால் அம்மையார் என்ற சிறப்புக்குரியவர். காலங்காலமாக, இறைவன் ஆடுகிற போது இசைக்கின்ற ஓசைகளின் கருவிகளை இவ்வுலகிற்கு அதன் பெயர்களோடு அறிமுகப்படுத்தியவர் என இசைவாணர்களால் இன்றும் போற்றப்படுகிறார்.

குரல், துத்தம், கைக்கிளை, உழை, இளி, விளரி, தாரம் சத்தசுரம் (தி.வா) என ஏழிசையினைக் கண்டெடுத்தவர் காரைக்காலம்மையார் என்ற வரலாற்றுப் புகழுக்குரியவர்.

காரைக்கால் அம்மையார் 17 இசைக்கருவிகளைத் தம் திருப்பதிகங்களில் குறிப்பிட்டுள்ளார். இதில் எத்தனை கருவிகள் முழங்க இறைவன் திருநடனம் ஆடினார் என்று கூறும் பாடல் மூத்த திருப்பதிகத்தின் 9 ஆம் பாடலில் இடம் பெற்றுள்ளது.

"துத்தங் கைக்கிளை விளரிதாரம்
உழைஇளி ஓசைபண் கெழுமப்பாடிச்

சச்சரி கொக்கரை தக்கைடேயாடு
தகுணிதம் துந்துபி தாளம் வீணை
மத்தளங் கரடிகை வன்கை மென்றோல்
தமருகங் குடமுழா மொந்தை வாசித்து
அத்தனை விரவினொடு ஆடுமெங்கள்
அப்பனிடந்திரு ஆலங்காடே”

(பதினொன்றாம் திருமுறை, ப. எண். 9)

என்று பன்னிரண்டு வகையான இசைக்கருவிகள் பற்றிக் கூறுகிறார். இவை தவிர முதல் பதிகத்தில் முழவு, யாழ் என்ற கருவிகள் கூறப்பட்டுள்ளன.

முதல்பதிகத்தின் 10 ஆம் பாடலில்

‘முந்தி அமரர் முழவின் இசை”

‘இறந்தவர் உடல் எரியும் தீ விளக்கு வெளிச்சத்தில் அமரர் முரசு முழக்கத்தில் சிலம்பு ஒலிக்க அந்தி வேளையில் என் அப்பன் நடனம் ஆடும் ஆலங்காடே’ எனவும் 11 ஆம் பாடலில் ‘பாடிருந் தந்நரி யாழமைப்ப’ என்ற இசைக் கருவிகளைப் பற்றிக் கூறுகிறார்.

இரண்டாம் பதிகத்தில் முதல் பாடலில்

“பறைபோல் விழிகட் பேய்
கொட்ட முழவங் கூளிபாடக் குடிகன் ஆடுமே

ஆறாம் பாடலில் ‘கூளிக் கணங்கள் குழலோ டியம்பக் குழகன் ஆடுமே’ என்றும் ஏழாம் பாடலில் முந்தி அமரர் முழவின் ஓசை முறைமை வழுவாமே என்றும் ‘படுவெண் துடியும் பறையும் கறங்கப் பரமன் ஆடுமே’ என்று பறை, முழவு, குழல், துடி போன்ற இசைக் கருவிகள் பற்றிக் கூறுகின்றார். காரைக்கால் அம்மையார் குறிப்பிடும் 17 இசைக்கருவிகளில் சச்சரி, தக்கை, தகுணிதம், துந்துபி, மத்தளம், கரடிகை, தமருகம், குடமுழா, மொந்தை, பறை துடி, முழவு ஆகிய பன்னிரண்டு தோல் கருவிகள் இடம்

பெற்றுள்ளன. இவை அனைத்தும் பேரொலி எழுப்பும் முழவுக் கருவிகளாகும்.

திருமூலர் பாடிய பறை

பதினெண் சித்தர்களுள் ஒருவர் திருமூலர். சைவ சமய 63 நாயன்மார்களில் ஒருவர். தமிழ் ஆகமம் எனப் போற்றப்படும் 'திருமந்திரம்' நூலை வழங்கியவர். பன்னிரு திருமுறைகளுள் மிகத் தொன்மையானதாகப் போற்றப்படுவது திருமந்திரம். இது பத்தாவது திருமுறையாக இடம்பெற்றுள்ளது. இது 3,000 பாடல்களைக் கொண்டது. திருமூலர் வாழ்ந்த காலம் கி.பி. 5 ஆம் நூற்றாண்டு என்பர் அறிஞர்கள். ஆனால் ஆன்மீகவியல் அடிப்படையில் இவர் காலத்தை அறுதியிட்டுக் கூறுதல் இயலாது எனவும், இவர் வாழ்ந்த காலம் 5,000 ஆண்டுகளுக்கு முந்தையது என்றும் பலவாறு இவரைப் பற்றிக் குறிப்பிடப்படுகிறது.

திருமூலரின் 'ஒன்றே குலம் ஒருவனே தேவன்', 'அன்பே சிவம்', 'யாம் பெற்ற இன்பம் பெருக வையகம்' எனும் புகழ் மொழிகள் மனித குலத்தை ஒன்றிணைக்கும் சொற்றொடர்களாகப் போற்றப்படுகின்றன.

இவர் தன் திருமந்திரத்தில் வாழ்வின் நிலையாமையைக் குறிக்கும் பாடலில் பின்வருமாறு குறிப்பிடுகிறார்.

'நாட்டுக்கு நாயகன் நம்மூர்த் தலைமகன்
காட்டுச் சிவிகையொன் றேறிக் கடைமுறை
நாட்டார்கள் பின்செல்ல முன்னே பறைகொட்ட
நாட்டுக்கு நம்பி நடக்கின்றவாறே'[68] (திருமந். 10.153)

எனப் பத்தாம் திருமுறையில் திருமூலர் வழங்கிய திருமந்திரப் பாடல் நாட்டின் அரசனாக இருந்தாலும் இடுகாட்டுக்குச்

---

[68] பன்னிரு திருமுறை பாட்டும் பொருளும், ஞானசம்பந்தம் பதிப்பகம், தருமபுர ஆதீன வெளியீடு, பதி. 2011, பக். 325.

செல்லும்பொழுது எவ்வாறு செல்லுகின்றான் என்பதை விளக்குகிறது.

'ஒருவன் நமது நாட்டிற்கே தலைவன்தான்; அவன் நம் ஊரவன் என்பதில் நமக்குப் பெருமைதான்; ஆயினும் நடைமுறையில் நிகழ்வது, அவனும் காட்டுக்குப் போதற்குரிய ஒரு பல்லக்கின் மேல் ஏறி, நாட்டில் உள்ளோர் பலர் பின்னே நடந்து செல்ல, முன்னே பறைகள் பல கொட்டச் செல்லுகின்ற முறைமைதான் வேறில்லை'.[69] அரசராயினும் நிலையாமையைக் கடக்கமாட்டார்' என்பதைக் காட்டுகிறது இப்பாடல்.

நக்கீரர் பாடிய பறை

சங்க காலப் புலவரான நக்கீரர் பண்டைய பாண்டிய நாட்டிலுள்ள மதுரையில் வாழ்ந்தவர். திருமுருகாற்றுப்படை, நெடுநல்வாடை ஆகிய சங்க இலக்கிய நூல்களை வழங்கிய பெரும்புலவர்.

முருகனுடைய வரவை எண்ணிக் குறவர்கள் ஒரே ஆனந்தத்தில் திளைக்கிறார்கள். அவனுக்கு உரிய தொண்டகப் பறையை (குறிஞ்சி நிலப்பறை) அடித்து அவன் புகழைப் பாடிக் குரவைக் கூத்து ஆடுகிறார்கள். அப்போது முருகன் எழுந்தருளுகிறான் எனப் பதினோராம் திருமுறையான திருமுருகாற்றுப் படையில் நக்கீரர் பின்வரும் ஒரு பாடலில் காட்சிப்படுத்தியுள்ளார்.

'நறுஞ்சாந்து அணிந்த கேழ்கிளர்
மார்பிற் கொடுந்தொழில்
வல்விற் கொலைஇய கானவர் நீடு
அமை விளைந்த தேக்கள் தேறல்
குன்றகச் சிறுகுடிக் கிளையுடன் மகிழ்ந்து

---

69 மேற்படி.

தொண்டகச் சிறுபறைக் குரவை அயர்[70] *(11:501:197)*

'நல்ல மணம் வீசும் சந்தனத்தை அணிந்த சிறம் கிளர்ந்து தோன்றும் மார்பையும் கொடுமையான செயலையும் வலிய வில்லையும் உடைய கொலை செய்யும் வேடர்கள், உயர்ந்த மூங்கில் குழாயில் பலநாள் இருந்து முற்றி விளைந்த கள்ளின் தெளிவை, மலையிலுள்ள சிற்றூர்களில் வாழும் சுற்றத்தாருடன் உண்டு மகிழ்ந்து தொண்டகம் என்ற சிறிய பறைக்கு ஏற்றபடி குன்றக் குரவையாகிய கூத்தை ஆடினர்'[71] என்பது இப்பாடலின் பொருள். இதில் குறிஞ்சி நிலத்தைச் சேர்ந்த குறவர்கள் தொண்டகப் பறையை முழக்கிக் குரவைக் கூத்து ஆடினர் என்பதைக் காட்டுகிறது இப்பாடல்.

சேக்கிழார் பாடிய பறை

பனிரெண்டாம் நூற்றாண்டில் வாழ்ந்தவர் சேக்கிழார். இரண்டாம் குலோத்துங்க சோழனின் அரசவையில் முதன்மை மத்திரியாக இருந்தவர். சோழனையும் மக்களையும் நல்வழிப்படுத்த சிவபெருமானின் அடியார்களான அறுபத்து மூன்று நாயன்மார்களின் வரலாற்றை விளக்கும் திருத்தொண்டர் புராணத்தை இயற்றியவர். பெரிய புராணத்தைப் பாடத் தில்லையில் சிவபெருமானே 'உலகெல்லாம்' என்று அடியெடுத்துக் கொடுத்ததாக ஒரு நம்பிக்கை உண்டு.

பனிரெண்டாம் திருமுறையான பெரிய புராணத்தில் சேக்கிழார் ஆதனூர் புலைச்சேரியின் காட்சியை (பாடல் எண். 1051) விவரிக்கின்றார். இதில்

70 பன்னிரு திருமுறை பாட்டும் பொருளும், ஞான சம்பந்தம் பதிப்பகம், தருமை ஆதீனம் வெளியீடு, பதி. 2011, பக். 746.

71 பன்னிரு திருமுறை பாட்டும் பொருளும், ஞான சம்பந்தம் பதிப்பகம், தருமை ஆதீன வெளியீடு, பதி. 2011, பக். 864.

'மென் சினைய வஞ்சிகளும் விசிப்பறை தூங்கியன மாவும்'[72]
(1053. 4.4.8)

என வஞ்சி மரங்களில் பறைகள் தொங்கிக்கொண்டிருக்கும்' எனக் குறிப்பிடுகிறார். மேலும்

'விள்ளும் பைங்குழல் கதிர் நெல் மிலைச்சிய புன்
புலைச்சியர்கள்
கள்ளுண்டு களிதூங்கக் கறங்கு பறையும் கலிக்கும்'[73]
(1055.4.4.10)

நெல்லங் கதிர்களைத் தலையில் சூடிக்கொண்டிருக்கும் புலைச்சியர் கள்ளுண்டு களிக்குமாறு பறையொலி முழக்கம் கேட்கும்'[74] எனக் குறிப்பிடுகிறார். அவரவர் நிலத்தில் மக்கள் தேவைக்கேற்றவாறு பறையை முழக்கியுள்ளனர் என்பதைப் புலப்படுத்துகின்றன இக்காட்சிகள்.

பஞ்ச காலத்தில் பறை அறிவித்து அனைவருக்கும் பசியாற்றிய பணியைத் திருமடங்கள் செய்தன எனச் சேக்கிழார் திருத்தொண்டர் புராணத்தில் குறிப்பிடுகிறார்.

'அல்லார் கண்டத்து அண்டர் பிரான் அருளால் பெற்ற படிக்காசு
பல்லாறு இயன்ற வளம் பெருகப் பரமன் அடியார் ஆனார்கள்
எல்லாம் எய்தி உண்க என இரண்டு பொழுதும் பறை நிகழ்த்தி
சொல்லால் சாற்றிச் சோறு இட்டார் துயர்கூர் வறுமை
தொலைத்திட்டார்'[75] (12.5.1.259)

'ஒரு காலத்தில் தமிழ்நாட்டில் பெரும்பஞ்சம் நேர்ந்தபோது திருவீழிமலையில் திருநாவுக்கரசரும், திருஞானசம்பந்தரும்

---

72 பன்னிரு திருமுறை பாட்டும் பொருளும், ஞானசம்பந்தம் பதிப்பகம். தருமை ஆதீன வெளியீடு, பதி. 2011, பக். 429.
73 பன்னிரு திருமுறை பாட்டும் பொருளும், ஞான சம்பந்தம் பதிப்பகம், தருமை ஆதீன வெளியீடு, பதி. 2011, பக். 546.
74 பன்னிரு திருமுறை பாட்டும் பொருளும், ஞான சம்பந்தம் பதிப்பகம், தருமை ஆதீன வெளியீடு, பதி. 2011, பக். 647.
75 மேற்படி. பக். 645.

தனித்தனி மடம் அமைத்துத் தங்கியிருந்தனர். பஞ்சம் போக்குவதற்காகப் பஞ்சத்தில் நிவாரணம் வழங்குவதற்காக இருவருக்கும் தினம் தினமும் ஒரு பொன்னை இறைவன் அருளினார்.

திருஞான சம்பந்தருக்கு அருளிய பொன் விரைவில் விலை போயிற்று. ஆனால் திருநாவுக்கரசருக்கு வழங்கிய பொன் விலை போகச் சற்று காலமாயிற்று. திருநாவுக்கரசர் உழவாரப் பணி செய்பவர். அது உழைப்பினால் வந்த ஊதியம். திருஞான சம்பந்தர் பதிகங்கள் மட்டும் பாடுபவர். ஆனால் தன்னைத் தொண்டிலே ஈடுபடுத்திக்கொண்டவர் அல்ல. ஆனால் கிடைக்கின்ற பணத்தைக் கொண்டு வருகிறவர்களின் பசியை ஆற்றுதல் திருத்தொண்டாகக் கருதி அப்பணியைச் செய்துள்ளனர். அதனால் பஞ்ச காலத்தில் பறை அறிவித்து அனைவருக்கும் பசியாற்றிய பணியை இத்திருமடங்கள் செய்ததைச் சேக்கிழார்;[76]

'இரண்டு பொழுதும் பறை நிகழ்த்தி சொல்லி சாற்றிச் சோறிட்டார்' எனத் தெளிவாகக் குறிப்பிடுகிறார்.

பன்னிரு திருமுறைகளான பக்தி இலக்கியங்களை வழங்கிய நாயன்மார்களும், ஆழ்வார்களும் பறை எனும் தோற்கருவி, இறைவனுடனும், வழிபாட்டுடனும் எவ்வாறெல்லாம் போற்றப்பட்டது, புகழப்பட்டது என்பதை அவர்கள் பாடல்கள் வழியாக இங்கு எடுத்துக் காட்டப்பட்டது. காலப்போக்கில் பறை இசை புறந்தள்ளப்பட்ட நிலையில் இதன் தொன்மையை அறியும் வகையில் இங்கு பகுத்துக் காட்டப்பட்டது.

---

76 பன்னிரு திருமுறை பாட்டும் பொருளும், ஞான சம்பந்தம் பதிப்பகம். தருமை ஆதீன வெளியீடு, பதி. 2011, பக். 761.

ஆண்டாள் பாடிய பறை

வைணவ ஆழ்வார்களுள் ஒருவர் ஆண்டாள். இவர் எட்டாம் நூற்றாண்டில் சீவல்லிப்புத்தூர் என்னும் ஊரில் பிறந்தார். திருவரங்கப் பெருமானையே மணம் செய்து கொள்வேன் என்று உறுதி பூண்டு வாழ்ந்தவர். இறைவனுக்கு எனத் தொடுத்து வைக்கப்பட்ட மாலையைத் தாம் சூடிக்கொடுத்தார். ஆதலால் இவர் 'சூடிக் கொடுத்த சுடர்க்கொடி' என்றும், 'கோதை நாச்சியார்' என்றும் பெயர்பெற்றார். இவர் 'திருப்பாவை', 'நாச்சியார் திருமொழி' ஆகிய இரு நூல்களை இயற்றியுள்ளார்.

திருப்பாவை 30 பாடல்களை உடையது. இந்நூலைச் 'சங்கத் தமிழ்மாலை' என்று போற்றுகின்றனர். ஓர் ஆடு மாடு மேய்க்கும் பெண் (ஆயர் மகள்) திருமாலைக் கண்டு வழிபட்டால் தான் கேட்டதைக் கொடுப்பது போன்று ஆண்டாள் இப்பாடல்களைப் புனைந்துள்ளார். மார்கழி மாதத்தில் பெண்கள் மேற்கொண்ட பாவை நோன்பைப் பற்றிப் பாடுவதாக இந்நூல் அமைந்துள்ளது. திருப்பாவை நோன்பிற்காக வைகறை எழுந்திருத்தல், தோழியரைத் துயில் எழுப்புதல், நீராட அழைத்தல், நீராடல், இறைவனைப் போற்றுதல் இறைவனிடம் வேண்டுதல் என்னும் பொருண்மைகள் இந்நூலில் பாசுரங்களாக இடம்பெற்றுள்ளன.

"மார்கழித் திங்கள் மதிநிறைந்த நன்னாளால்
நீராடப் போதுவீர்! போதுமினோ நேரிழையீர்!
சீர்மல்கும் ஆய்ப்பாடிச் செல்வச் சிறுமீர்காள்!
கூர்வேல் கொடும்தொழிலன் நந்தகோ பன்குமரன்
ஏரார்ந்த கண்ணி யசோதை இளஞ்சிங்கம்
கார்மேனிச் செங்கண் கதிர்மதியம் போல்முகத்தான்
நாராயணனே நமக்கே பறை தருவான்

பாரோர் புகழப் படித்தேலோ ரெம்பாவாய்"[77]

(திருப்பாவை - 1)

"அழகிய அணிகலங்களை அணிந்த பெண்களே! செல்வம் கொழிக்கும் ஆயர்பாடியில் உள்ள செல்வச் சிறுமிகளே! நாராயணன் - வேல் கொண்ட கொடிய தொழிலை யுடையவனாகிய நந்தகோபன் மகன், அழகு நிறைந்த கண்களையுடைய யசோதையின் இளஞ்சிங்கம்; கருமை நிறத் திருமேனியுடையவன்; சிவந்த கண்களையுடைவன்; கதிர்விரிக்கும் முழுமதி போன்ற முகமுடையவன்; அந்த நாராயணனே நமக்குப் பறையைக் கொடுப்பான். இன்று மார்கழி மாதத்துப் பௌர்ணமி நல்ல நாள். உலகத்தார் புகழும் வண்ணம் நீராட வருபவர்களே வாருங்கள்"[78] எனும் திருப்பாவையின் முதற்பாட்டு பாவை நோன்பு மார்கழி மாதத்தில் நடைபெறுவதைக் காட்டுகிறது.

பாவை நோன்புவழி இறை வழிபாட்டில் சங்கூதுவோர், பறை முழக்குவோர், பல்லாண்டு பாடுவோர், விளக்கு, கொடி, விதானம் முதலியன நாட்டுவோர் வேண்டும் எனக் குறிப்பிடப்படுகிறது.

மாலே! மணிவண்ணா! மார்கழிநீ ராடுவான்
மேலையார் செய்வனகள் வேண்டுவன கேட்டியேல்
ஞாலத்தை எல்லாம் நடுங்க முரல்வன
பாலன்ன வண்ணத்துன் பாஞ்ச சன்னியமே
போல்வன சங்கங்கள் போய்ப்பா டுடையனவே;
சாலப் பெரும்பறையே, பல்லாண் டிசைப்பாரே,
கோல விளக்கே, கொடியே, விதானமே
ஆலின் இலையாய்! அருளேலோ ரெம்பாவாய்![79]

(திருப்பாவை - 26)

---

77 திருப்பாவை, ரா. சீனிவாசன், அணியகம் வெளியீடு, சென்னை, முதற் பதி. 1993, இர.பதி. 1995. பக். 5

78 மேற்படி. பக். 12.

79 மேற்படி. பக். 12.

இப்பாசுரத்தில் 'உலகம் அதிரும்படி முழங்கும் பால் போன்ற வெண்மையான பாஞ்ச சன்னியம் போன்ற சங்குகள் வேண்டும்; நெடுந்தூரத்தில் சென்று ஒலிக்கின்ற தன்மையுடைய மிகப்பெரிய பறைகள் வேண்டும்; பல்லாண்டு இசைப்பவர்கள் வேண்டும்; அழகிய விளக்குகள் வேண்டும்; கொடி வேண்டும்; மேற்கட்டி (விமானம்) வேண்டும்; இவற்றையெல்லாம் அருள்வாயாக'[80] எனப் பாவை நோன்பு வழிபாட்டிற்குத் தேவையான இவற்றைக் கண்ணனிடம் வேண்டிக் கேட்பதாக இப்பாசுரம் அமைந்துள்ளது.

'திருப்பாவை படிக்கிறோம். அது என்ன கூறுகிறது என்று கேட்டால் பாவை நோன்பு பற்றிக் கூறுகிறது என்ற பதில்தான் கிடைக்கிறது. மார்கழி மாதம் மழை பெய்யும் மாதம். புதுநீர் வெள்ளம் காணும் பருவம்; அப்பொழுது மக்கள் ஆறுகளுக்குச் சென்று நீராடி மகிழ்ச்சியைத் தெரிவித்துக்கொள்கின்றனர். கன்னிப் பெண்கள் காலையில் எழுந்து ஒருவர் மற்றவரை எழுப்பிப் பாவையை வழிபடும் களம் நோக்கிச் செல்கின்றனர். அந்த விழாக் கொண்டாடினால் நாட்டில் மழை பெய்யும் என்று நம்புகிறார்கள்.

இந்த விழா தொன்றுதொட்டு வரும் திருவிழா; பாவையின் பேரைச் சொல்லி நோன்பு நோற்று அத்தெய்வத்தை வழிபடுகின்றனர். இப்பாடல் அமைப்பைக் கண்ணனின் பாமாலையாக மாற்றியது ஆண்டாளின் தனித்திறம்.

'பாவை வழிபாட்டுக்குப் பறை தேவை என்றும் அதனைத் தமக்குத் தருமாறும் இளம் கன்னியராகிய ஆய மகளிர் பாடுவதாக இப்பாடல்கள் அமைந்துள்ளன. ஏனைய ஆழ்வார்களைப் போலவே இறைவனொடு தம் உறவு எப்பொழுதும் தொடர்ந்து நிற்க வேண்டும் என்பதே

---

80 மேற்படி. பக். 12.

அவர்களின் இறுதி வேண்டுகோள்' என்பது திருப்பாவையின் சிறப்பு; ஆண்டாளின் சிறப்பு".[81]

பாவைப் பாட்டு கிராமியப் பின்னணி கொண்டு விளங்குகிறது. ஆயர்தம் கூட்டு வாழ்க்கை (ஆடு, மாடு வளர்த்தல், மேய்த்தல்) மழைவேண்டும்; நாடு வாழவேண்டும் என்று பாடுவதால் இவை நாட்டுணர்வுப் பாடல்களாக அமைகின்றன. மேலும் இறைவன் திருவடிகளை வணங்கச் செய்யும், தத்துவப் பொருள் நிறைந்த ஞானநூலாகத் தமிழறிஞர்கள் பலரும் போற்றுகின்றனர்.

பாவை வழிபாடு தொன்றுதொட்டுத் தமிழ்நாட்டில் இருந்து வருகிறது. 'கொல்லிப்பாவை' என்ற பெண் தெய்வத்தை வழிபட்டமை சங்க இலக்கியங்களின் வாயிலாகத் தெரிகிறது. ஆனால் ஆண்டாள் காலத்தில் மேற்கொண்ட பாவை நோன்பில் ஆற்று வண்டல் மண்ணில் ஒரு பெண் போன்ற பாவை (உருவம்) செய்து அதை மையமாக வைத்து வழிபாடு செய்வது ஒரு வழக்கமாக இருந்து வந்துள்ளது.

"மார்கழி மாதம் நீராடுதல் ஒரு பெருவிழாவாகக் கொண்டாடப்பட்டது என்று தெரிகிறது. பாவையை வழிபட்டு ஆற்றுநீரில் குடைந்து நீராடினர். இதுவே பாவை நோன்பின் அடிப்படையாகும்.

பாவை நோன்பு மேற்கொள்வார் சில கட்டுப்பாடுகளை மேற்கொண்டிருந்தனர் என்பது தெரிகிறது. நோன்புகள் நோற்பார் உணவு குறைத்தும், ஒப்பனை தள்ளியும் நியமத்தோடு ஒழுகுவர். அதனையே இப்பெண்களும் செய்தனர் என்பது தெரிகிறது.

இவ்விழாவில் பறை கொட்டினர்; சங்கு ஒலித்தனர்; பல்லாண்டு இசைத்தனர்; விளக்கு, கொடி, விதானம்

---

[81] திருப்பாவை, பேரா. ரா. சீனிவாசன், அணியகம் வெளியீடு, சென்னை, முதற் பதி. 1993, இர.பதி. 1995, பக். 7.

அமைத்து அப்பாவைக் களத்தைச் சிறப்பித்தனர். இவை எல்லா விழாக்களிலும் மேற்கொள்பவையே.

இவ்விழாவுக்குப் பறையைக் கண்ணனிடம் கேட்டுப் பெறுவதாகக் கூறுவது புதுமை. அவனைப் பாடி இதனைப் பரிசிலாகத் தருமாறு வேண்டுகின்றனர். அவனைப் பாடுவதற்கு இதனை ஓர் வாய்ப்பாகக் கொண்டனர் என்பது தெரிகிறது. எனவே இது ஒரு பாமாலையாக அமைந்துவிடுகிறது.'[82]

ஆண்டாள் பாடிய 30 பாசுரங்களில் 10 பாசுரங்களில் 'பறை' குறித்துப் பாடியுள்ளார். நாராயணன் பறை தருவதாக இசைவு தெரிவித்ததாகவும், அப்பறையைத் தந்து, அதைப் பெற்றுக்கொள்வதாகவும் இப்பாசுர வரிகள் காட்டுகின்றன.

பக்தி இலக்கியங்களில் பறை இசைக் கருவி எனும் நம் தேடலில் 'ஆண்டாள் கொட்டிய பறையும் கேட்ட பறையும்' எனும் தலைப்பில் ஜெயஸ்ரீ சாரநாதன் (டிச 28, 2009) எனும் இலக்கிய ஆர்வலர் இணைய தளத்தில் ஒரு கட்டுரை வழங்கியுள்ளார்.

இதில் ஆண்டாள் கொட்டிய பறை, ஆண்டாள் கேட்ட பறை என இருவிதப் போக்குகளைக் குறிப்பிட்டுக் காட்டியுள்ளார்.

> 'வேதமனைத்துக்கும் வித்து என்று ஆன்றோரால் போற்றப்படும் திருப்பாவையில் அடிக்கடி சொல்லப்படும் ஒரு சொல் 'பறை' என்பதாகும். இது கையால் தட்டப்படும் ஒரு தோல்கருவி. பாணர்கள் முதல் சிறுவர்கள் வரை பலராலும் கொட்டப்படும். இந்தப் பறை பாவை நோன்பின் போதும் சிறுமியரால் கொட்டப்படுவது. பாவைக் களம் புக வேண்டி மற்ற சிறுமியரை அழைக்கும் ஆண்டாள் பறை கொட்டினது மட்டுமல்லாமல், நாராயணன் பறை தருவான். அவன்

82 மேற்படி, பக். 10.

பறை தர வேண்டும் என்றும் கூறுகிறாள். அவளிடம் ஏற்கனவே பறை இருக்கிறதே. அது என்ன வேறு ஒரு பறை - அதுவும் நாராயணன் தரும் பறை என்று நாம் ஆராயப் புகுந்தால், சில அரிய ஆன்மீகக் கருத்துகள் புலனாகின்றன. அதன் மூலம் வேதமனைத்துக்கும் எவ்வாறு திருப்பாவை விதையாகிறது என்றும் புரிகிறது'[83]

என்று தம் கட்டுரையைத் தொடங்கியுள்ளார்.

'பறை என்ற பதம் திருமாலுக்கே சேவை செய்யும் அதாவது 'கைங்கரியபரம்' என்னும் மாலாடியாரின் இலக்கணத்தை சூசகமாக உணர்த்தும் ஒரு குறியீட்டுச் சொல் என்றே வைணவப் பெரியோர் உரைப்பர். பறையர் வகுப்பினர் திருமாலுக்கே கைங்கர்யம் செய்து வந்தவர்களா? என்றால் எப்படித் தாழ்த்தப்பட்ட நிலை அடைந்தார்கள்'.[84]

என்ற சிந்தனைக்குரிய கேள்வியுடன் தம் கட்டுரையை முடித்துள்ளார் திருமதி ஜெயஸ்ரீ சாரநாதன். நாமும் இந்தக் கேள்விக்கான விடை தேடும் பயணத்தில் ஆண்டாள் கொட்டி அனுபவித்துக் கேட்டு மகிழ்ந்த பறையைக் குறிக்கும் அவர் பாடல் வரிகளைக் காணலாம்.

'கார்மேனிச் செங்கண் கதிர்மதியம் போல்முகத்தான்
நாராயணனே நமக்கே பறை தருவான்
பாரோர் புகழப் படிந்தேலோ ரெம்பாவாய்'[85] *(திருப்பாவை-1)*

பொருள்: 'கருமைநிறத் திருமேனியுடையவன்; சிவந்த கண்களை உடையவன், கதிர் விரிக்கும் முழுமதி போன்ற முகமுடையவன். நாராயணன் நமக்கே பறை தருவான்; நீராடத் துயில் எழுந்து வருக'[86]. இப்பாடலில்

---

83 மேற்படி. பக். 5.
84 மேற்படி. பக். 13.
85 திருப்பாவை, பா. 1.
86 மேற்படி.

இறைவனிடம் ஆண்டாள் எதிர்பார்த்தது பறை. அது நமக்குக் கிடைக்கும் என்று நம்பிக்கையுடன் கூறுகின்றார்.

'பாவாய் எழுந்திராய்; பாடிப் பறை கொண்டு
மாவாய் பிளந்தானை மல்லரை மாட்டிய
தேவாதி தேவனைச் சென்றுநாம் சேவித்தால்
ஆவாவென் றாராய்ந் தருளேலா ரெம்பாவாய்'[87]

(திருப்பாவை-8)

பொருள்: கிழக்கு வெளுத்துவிட்டது; எருமைகள் காலார மேய வெளியே அவிழ்த்து விடப்பட்டுள்ளன; களம் நோக்கிச் செல்பவரைத் தடுத்து நிறுத்தியுள்ளோம்; பாவாய் எழுந்திரு; பாடிப் பறை கொண்டு தேவாதி தேவனைச் சென்று நாம் சேவித்தால் நன்மைகள் பலவும் வாய்க்கும்; இதை நீ சிந்தித்துப் பார்'.[88]

இப்பாடல் காலைப்பொழுதில் முல்லை நிலத்தில் ஆயர் குல மக்கள் எருமைகளை மேய்ப்பதற்காக அவிழ்த்துவிடும் வழக்கத்தைக் காட்டுகிறது. பெண் ஒருவர் மற்றொரு பெண்ணை எழுப்பி இறை வழிபாட்டுக்கு அழைக்கின்றாள். அவ்வாறு வழிபடும்போது பாடியும் பறை கொட்டியும் இறைவனைச் சேவித்தால் நன்மைகள் பலவும் கிடைக்கும் என்ற நோக்கத்தைக் காட்டுகிறார் ஆண்டாள்.

'போற்றப் பறைதரும் புண்ணியனால், பண்டொருநாள்
கூற்றத்தின் வாய் வீழ்ந்த கும்பகர்ணனும்
தோற்றும் உனக்கே பெருந்துயில்தான் தந்தானோ?[89]

(திருப்பாவை-10)

பொருள்: 'செல்வ வாழ்க்கையுடையீர்! யார் உள்ளே? பதில்கூடப் பேசமாட்டீர்களா! வாசலையும் திறக்கமாட்டீர், கும்பகருணன் போரில் தோற்றான்;

---

87 திருப்பாவை, பா. 8.
88 மேற்படி.
89 திருப்பாவை, பா. 10.

அவனுக்கே உரிய தூக்கத்தை உனக்குத் தந்துவிட்டானா! எழுந்திரு! நாராயணனைப் போற்று, அப்புண்ணியன் நமக்குப் பறை தருவான். செல்வ மகளே எழுக! கதவைத் திறக்க!. என்று பக்தியோடு கூறுகிறாள்.

இப்பாடலில் செல்வச் செழிப்புடன் வாழும் ஓர் ஆயர் மகளைக் காட்டுகிறார் ஆண்டாள். நாராயணனைப் போற்றி வழிபட்டால் அவன் நமக்குப் பறை தருவான் என அச்செல்வ மகளை அழைக்கிறாள்.

'ஆயர் சிறுமிய ரோமுக்கு அறைபறை
மாயன் மணிவண்ணன் நென்னலே வாய்நேர்ந்தான்
தூயோமாய் வந்தோம் துயிலெழப் பாடுவான்!

(திருப்பாவை – 16)

பொருள்: 'நந்த கோபனின் அரண்மனைக் காவலனே! மணிக்கதவம் தாள் திறப்பாய்! ஆயர் சிறுமியராகிய எமக்குப் பறை தருவதாக நேற்றுக் கண்ணன் வாக்குத் தந்துவிட்டான்; நீராடிவிட்டுத் தூய்மையாக வந்து இருக்கிறோம், துயில் எழுப்பப் பாடுவதற்கு; திறந்துவிடுக' என வாயில் காப்போனை வேண்டுகின்றாள்.

"வென்றுபகை கெடுக்கும் நின்கையில் வேல்போற்றி!
என்றென்றுன் சேவகமே ஏத்திப் பறை கொள்வான்
இன்றுயாம் வந்தோம்! இரங்கேலோ ரெம்பாவாய்."

(திருப்பாவை- 24)

பொருள்: 'உன் ஆற்றலை மதிக்கிறோம். உன் கைவேல் பகை கெடுக்கும்; அதன் வீரத்தைப் போற்றுகின்றோம்; இன்று பறை கொள்ள வந்திருக்கிறோம்; எமக்கு அருள் செய்க'[90]

---

90 மேற்படி. பக். 20.

பறை பெற்றுக்கொள்ள இன்று யாம் வந்திருக்கிறோம் என்று இறைவனிடம் நேரடியாகச் சொல்வது போன்று ஆண்டாள் இப்பாடலை வழங்கியுள்ளார்.

'நெருப்பென்ன நின்ற நெடுமாலே! உன்னை
அருத்தித்து வந்தோம்; பறைதருதி யாகில்
திருத்தக்க செல்வமும் சேவகமும் யாம்பாடி
வருத்தமும் தீர்ந்து மகிழ்ந்தேலோ ரெம்பாவாய்'[91]

(திருப்பாவை-25)

பொருள்: 'நெடுமாலே! உன்னை வழிபட்டு நிற்கிறோம்; பறை தருக; பறை தந்தால் உன் செல்வத்தையும் ஆட்சியையும் யாம் பாடி வருத்தம் தீர்வோம்; மகிழ்வோம்'.[92]

பறை தருக, யாம் கேட்ட பறையைத் தருவாயானால் அதைக் கொண்டு இறைவனாகிய உன்னுடைய புகழைப் பாடி மகிழ்ச்சியடைவோம் என்று ஆண்டாள் பறையை மையப்படுத்தி இப்பாடலை வழங்கியுள்ளார்.

"பாலன்ன வண்ணத்துடன் பாஞ்ச சன்னியமே
போல்வன சங்கங்கள் போய்ப்பா டுடையனவே;
சாலப் பெரும்பறையே, பல்லாண் டிசைப்பாரே
கோல விளக்கே, கொடியே, விதானமே,
ஆலின் இலையாய்! அருளேலோ ரெம்பாவாய்."[93]

(திருப்பாவை - 26)

பொருள்: 'மார்கழி நோன்பு இதற்கு நீராடுவதற்கு வேண்டுவன இவை; எங்கும் ஒலிக்கும் பாஞ்ச சன்னியம் போன்ற வெண்சங்கு; பெரும்பறை; பல்லாண்டு இசைப்பவர்கள்; கோல விளக்கு; கொடி;

---

91 மேற்படி. பக். 21.
92 மேற்படி. பக். 21.
93 மேற்படி. பக். 21

விதானம்; இவற்றை மணிவண்ணா! நீ தந்தருள்க'.⁹⁴
மார்கழி நோன்பின்போது நீராடல் என்பது மிகவும் முக்கியமான ஒரு நிகழ்வாகத் திருப்பாவைப் பாடல்கள் காட்டுகின்றன. அவ்வாறு நீராடும்பொழுது வேண்டிய வெண்சங்கு, பெரிய பறைகள், பல்லாண்டு வாழ்த்து இசைப்பவர்கள், அழகிய விளக்குகள், கொடி விதானம் போன்றவற்றை இறைவனிடம் தந்தருள வேண்டும் என்று இப்பாடலில் ஆண்டாள் குறிப்பிடுகிறார்.

'கூடாரை வெல்லும் சீர்க் கோவிந்தா! உன் தன்னைப்
பாடிப் பறை கொண்டு யாம்பெறும் சம்மானம்'⁹⁵

(திருப்பாவை - 27)

பொருள்: 'பகைவரை வெல்லும் சிறப்புடைய கோவிந்தா உன்னை வாயாரப் பாடிப் பறையைப் பெற்றுக் கொண்டோம். இனி நாங்கள் பெறும்படியான பரிசுகள் என்ன? சூடகம், தோள்வளை, தோடு, செவிப்பூ, சிலம்பு என்பவனாகிய பல அணிகலன்களும் நாடு புகழும்வண்ணம் நன்றாக நாங்கள் அணிவோம்'.⁹⁶

உன்னைப் பாடிப் பறையைப் பெற்றுக்கொண்டு அதற்கு மேலும் யாம் பெறும் பரிசுப் பொருட்களான சூடகம், தோள்வளை, தோடு, செவிப்பூ, சிலம்பு ஆகியவற்றையும் ஆடையும் அணிந்து பாற்சோறு முழுதும் மூடும்படி நெய் வார்த்து அந்தச் சோற்றை எடுக்கும்பொழுது முழங்கை வழியாக நெய் ஒழுகி வழியும்படி கூடியிருந்து உண்டு உளங்குளிர்வோம் என ஆயர் மக்களின் செல்வவளம், ஆடை, அணிகலங்கள், உணவு, அதனால் ஏற்படும் மகிழ்ச்சி ஆகியவற்றைக் காட்டுகிறது இப்பாடல்.

'இற்றைப் பறை கொள்வான் அன்றுகாண் கோவிந்தா!
எற்றைக்கும் ஏழேழ் பிறவிக்கும் உன்தன்னோடு

---

94 மேற்படி. பக். 21.
95 மேற்படி. பக். 27.
96 மேற்படி. பக். 21.

உற்றோமே யாவோ; உனக்கேதாம் ஆட்செய்வோம்
மற்றைநம் காமங்கள் மாற்றேலோ ரெம்பாவாய்'[97]

(திருப்பாவை - 29)

பொருள்: 'இந்தச் சிறுகாலைப் பொழுதில் வந்து உன்னைச் சேவித்துப் பொற்றாமரை அடியைப் போற்றுகின்றோம்; மாடு மேய்க்கும் குலத்தில் பிறந்த உனக்கு ஏவல் செய்யக் கடமைப்பட்டுள்ளோம்; இன்று இந்த உறவு பறை கொள்வதற்கு மட்டும் அன்று; இன்றைக்கும் ஏழு ஏழு பிறவிக்கும் உன்னைவிட்டுப் பிரியமாட்டோம்; உனக்கே யாம் ஆட் செய்வோம்; எம் ஏனைய ஆசைகளை அகற்றிவிடுக'.[98]

இன்று ஏதோ தரும் பறையைப் பெறுவதற்கு மட்டும் அல்ல. ஏழேழு பிறவிக்கும் உன்னிடம் அன்பு செலுத்துவோம். தொண்டுகள் செய்வோம் என்று உறுதியளிப்பதாக இப்பாடலில் குறிப்பிடுகிறார்.

'வங்கக் கடல் கடைந்த மாதவனைக் கேசவனை
திங்கள் திருமுகத்துச் சேயிழையார் சென்றிறைஞ்சி
அங்கு அப்பறைகொண்ட ஆற்றை அணிபுதுவைப்
பைங்கமலத் தண்தெரியல் பட்டர் பிரான் கோதை சொன்ன'[99]

(திருப்பாவை - 30)

பொருள்: 'கடல் கடைந்த மாதவன்; அவனைச் சேயிழையார் சென்று வணங்கி ஆயர்பாடியிலே பறை கொண்டனர்; இச்செய்தியைப் பட்டர்பிரான் கோதை சங்கத் தமிழில் பாடி இருக்கிறாள்; இம்முப்பது பாடல்களையும் பிழையின்றிப் பாடுபவர் இறைவன் திருவருள் பெறுவர்; இன்புற்று வாழ்வர்'[100] என்று கூட்டு வழிபாட்டுச் சிறப்பைத் தமிழில் பாமாலையான

97 மேற்படி. பக். 21.
98 மேற்படி. பக். 21.
99 மேற்படி. பக். 21.
100 மேற்படி, பக். 23.

இத்திருப்பாவையின் சிறப்பை இப்பாடலில் ஆண்டாள் குறிப்பிடுகிறார்.

மேற்குறிப்பிட்ட பாசுரங்கள் பறை எனும் இசைக் கருவியை ஆண்டாள் பாடியுள்ளமைக்குச் சான்றுகளாகும்.

முல்லை நிலத்துப் பெண்களின் இயல்புகள், மார்கழி மாதத்துப் பௌர்ணமியின் சிறப்பு, மாடு மேய்த்து வாழும் இடையர் குலத்தில் பிறந்த கண்ணனின் தோற்றம், சிறப்புகள், பாவை நோன்புக்குச் செய்ய வேண்டிய காரியங்கள், நீராடுதல், அவ்வாறு நீராடுவதால் நாடெல்லாம் மாதம் மூன்று மழை பெய்யும் என்ற நம்பிக்கை, முல்லை நிலத்தின் நீர்வளம், நில வளம், ஆடுமாடுகள் நிறைந்த செல்வ வளம், பாவை நோன்புக்குரிய பொருள்களைத் தருமாறு நாராயணனை வேண்டுதல், பரிசுகள் தருமாறு கேட்டல், ஆயர் பாடியில் அழகிய பெண்கள் பறை பெற்றுக்கொள்ளுதல் எனும் பொருண்மைகளைக் கொண்ட, மிக நுணுக்கமாகப் பக்தியோடு கூடிய பாசுரங்களை ஆண்டாள் வழங்கியுள்ளார்.

பன்னிரு ஆழ்வார்களில் ஆண்டாள் ஒருவர் மட்டும் பெண் ஆழ்வாராக விளங்கியதும், பாசுரங்களை இயற்றி ஆண்களுக்கு நிகராகத் தன் அறிவாற்றலை வெளிப்படுத்தியமையும் திருப்பாவையின் குறிப்பிடத்தக்க சிறப்பாகவும், இறைவனை தன் நாயகனாகப் பாவித்து அவன் குணநலங்களைச் சிறப்பித்துப் பாடும்பொழுது தன் நிலம், மக்கள், இயற்கை நிலை, நம்பிக்கை இவற்றை இணைத்துப் பாடியது ஆண்டாளின் தனித்திறம். அவள் இறைவனிடம் வேண்டும் பொருளில் பறை முக்கியத்துவம் பெற்றுள்ளது குறிப்பிடத்தக்கதாகும்.

இறை வழிபாட்டில் பண்டைத் தமிழர் பறையைப் பயன்படுத்துவது சமூகம் சார்ந்த வழக்கம். ஆயர் மகளிர் அதாவது ஆடு மாடு மேய்க்கும் பெண்கள் பறை கொட்டிப் பாவை நோன்பு வழிபாட்டை மேற்கொள்வதும் வழக்கம்.

(பாவை, எழுந்திராய் பாடிப் பறை கொண்டு... பாசுரம் - 8) பாடல்களைப் பாடிக்கொண்டு பறையடித்து வரும் முல்லை நிலத்து வாழும் ஆயர் மகளிரின் வாழ்வியலை ஆண்டாள் பாசுரங்களில் காணமுடிகிறது.

ஆனால் ஆண்டாள் குறிப்பிடும் பறை கொட்டும் பறை அல்ல; இறைவனிடம் தான் கேட்கும் பொருள்; விரும்பிய பொருள்; அருள் எனப் பலவாறு சமயம் சார்ந்து பொழிப்புரை வழங்குவோர் குறிப்பிடுகின்றனர். இதற்குப் 'பறை' என்ற சொல்லைப் பயன்படுத்துவது ஏன்? என்ற கேள்வி எழுவது இயல்பு. ஆனால், சமூகவியல் நோக்கில், ஆண்டாள் குறிப்பிடும் பறையைக் கொட்டும் பறையாக, தட்டும் பறையாக, ஒலிக்கும் பறையாக நேர் பொருளில் கொள்வதில் தவறு ஏதுமில்லை. பறை என்பது தொண்டு செய்தல், கொட்டும் பறை தொண்டு என்ற இரு வகைகளாவும் பொருள் கொள்ளப்படும்.

"தெய்வங்களின் வடிவமும் குணமும் அவை சார்ந்த சமூகத்தின் தேவைகளை யொட்டி அமைந்தவைதாம். கால்நடை வளர்ப்போரின் தெய்வம், மாடுகள், கன்றுகள் சூழ்ந்தபடி கையில் புல்லாங்குழலுடன்தான் இருக்கமுடியும். உழவர்களின் தெய்வம் மழை தருகின்ற இந்திரனாகவோ கையிலே கலப்பை ஏந்திய பலராமனாகவோதான் இருக்க முடியும். சுருக்கமாகச் சொன்னால், ஒரு குறிப்பிட்ட இனக்குழு என்ன வகையான உற்பத்தி முறையினைச் சார்ந்திருக்கிறதோ அதைப் பொருத்து அத்தெய்வங்களின் வடிவங்களும் குணங்களும் அத்தெய்வத்தைப் பற்றிய கதைகளும் அமையும்" என ஆய்வறிஞர் தொ. பரமசிவன் (பண்பாட்டு அசைவுகள், ப. 118) குறிப்பிடும் கருத்து மனிதன் வழிபட்டுவரும் இறைவனின் வடிவங்களும் குணங்களும் அவர்களுக்கான புனைவிலக்கியங்களும் அக்காலத்துச் சமூகம் சார்ந்ததாக உள்ளது என்பதைப் புரிந்துகொள்ள முடியும். இந்த அணுகுமுறையில் ஆண்டாளின் திருப்பாவை எட்டாம் நூற்றாண்டில் ஆடுமாடு மேய்க்கும் பெண்களின்

வழிபாட்டு முறையையும், அதைச் சார்ந்த உளவியலையும் காட்டுகிறது. இப்பாசுரங்களில் ஆண்டாள் ஆடுமாடுகளைத் திரட்டவும், மேய்க்கவும், விழாக்களின் போது முழக்கவும் பயன்படுத்தப்பட்ட பறையை ஓர் ஆயர் மகள் தாம் பாடும் பாடல்களில் முக்கியத்துவப்படுத்தியுள்ளதைக் காட்டுகிறார் என்பது உண்மை.

அருணகிரிநாதர் பாடிய பறை

அருணகிரிநாதரின் பிறப்பிடம் திருவண்ணாமலை. இவர் வாழ்ந்த காலம் 15 ஆம் நூற்றாண்டு. பிரபுட தேவராயர் என்னும் மன்னரது காலம் கி.பி. 1450 ஐ ஒட்டிய காலம். இவருடைய பெற்றோர் சிறந்த பண்பு நலங்கள் உடையவர்கள். 'சீல முள தாயார் தந்தை' எனும் அருணகிரிநாதரின் குறிப்பின் மூலம் அறியப்படுகிறது. இவருடைய இளமைப் பருவத்தில் பரத்தையர் மோகத்தில் சிக்கித் தீராத நோயுற்று, வருந்தினார் என்பதை இவருடைய திருப்புகழ் பாடல்கள் பலவற்றின் மூலம் அறியலாம். பரத்தைப் பெண்களின் அழகையும், அவர்களின் நடவடிக்கைகளையும் வெளிப்படையாகக் கூறி, தான் அவர்களை நாடிச் சென்றதையும் அத்தீச் செயலால் துன்புற்று நோயுற்றதையும் அவருடைய பாடல்கள் தெளிவாகக் காட்டுகின்றன.

"மனையவள் நகைக்க வூரி னனைவரு நகைக்க லோக
மகளிரு நகைக்க தாதை...... தமரோடும்
மனமது சலிப்ப நாய னுளமது சலிப்ப யாரும்
வசைமொழி பிதற்றி நாளு...... மடியேனை
அனைவரு மிழிப்ப நாடு மனவிருள் மிகுத்து நாடி
அனகமதை யெடுத்த சேம...... மிதுவோவென்
அறடியனு நினைத்து நாளு முடலுயிர் விடுத்த போது
மணுகிமு னளித்த பாத...... மருள்வாயே"[101]

(திருப்புகழ். 610)

---

101 திருப்புகழ், விரிவுரை, திருமுருகானந்த வாரியார், தொகுதி-2, வானதி பதிப்பகம், சென்னை, பதி. 9, 2016, பக். 135.

தான் செய்த தவறுகளுக்காகத் தன்னை மாய்த்துக்கொள்ள வல்லாள மன்னன் கோபுரத்தின் உச்சியிலிருந்து வீழ்ந்தார். முருகன் குருவுருவாகி நின்று காத்துத் திருமுறை ஓதியருளினார். இவருடைய பிறப்பு, குடும்பம், கல்வி ஆகியன பற்றிப் பல்வேறு விதமான செய்திகள் தகவல்கள் வெளிப்படுத்தப்பட்டுள்ளன. இவற்றில் எது சரி என்று அறிவதில் குழப்பங்கள் உள்ளன என்ற கருத்தும் நிலவுகிறது. அருணகிரியார் முருகனின் அருள்பெற்று அவர் பாடிய பாடல்களால் புகழ்பெற்றதைச் சான்றுகளால் அறிஞர்கள் விளக்கியுள்ளனர். இந்தியா முழுவதும் உள்ள முருகன் கோவில்களையும் மற்ற கோவில்களையும் சென்று தரிசித்தார். கடல்கடந்து இலங்கை சென்று அருக்கோண மலை, கண்டி, கதிர்காமம் ஆகிய ஊர்களுக்குச் சென்று மீண்டும் இந்தியா திரும்பி, திருவண்ணாமலைக்கு வந்தார். இந்தத் தல யாத்திரையின்போது அவர் 16,000 திருப்புகழ் பாடல்களைப் பாடியதாகக் குறிப்பிடப்படுகிறது. ஆனால் அவற்றில் சுமார் 1,300 பாடல்களே நமக்குக் கிடைத்திருக்கின்றன. யாத்திரையின் போது 'கந்தர் அனுபூதி', 'கந்தர் அந்தாதி', 'கந்தர் அலங்காரம்' மற்றும் பிற நூல்களையும் பாடியுள்ளார். அருணகிரிநாதர் போற்றத்தக்க இறைஞானம் நிறைந்த வாழ்க்கை வாழ்ந்தவர். மனித சக்திக்கு அப்பாற்பட்ட அற்புதச் செயல்களை நிகழ்த்திக் காட்டியவர் என்பது இவருடைய வரலாறாகும்.

அருணகிரிநாதர் குறிப்பிட்டுள்ள இசைக் கருவிகள்

அருணகிரிநாதர் பாடிய பலநூறு பாடல்களில் இசைக் கருவிகளும் அவற்றின் ஓசை வகைகளும் இடம்பெற்றுள்ளன.

'இடக்கை, இடுகுபறை, இமிலை, உடுக்கை, கணப்பறை, கரடிகை, கூவிளம், கிண்கிணி, கிணரி, குடமுழா, குழல், கொம்பு, சங்கு, சந்திரம், சல்லரி, சிற்றுடுக்கை, சேகணம், சேட்டை, டோல், தம்பட்டம் தவண்டை, தவில், தாரை, திமிலை, துடி, துந்துமி,

படகம், பம்பை, பறை, பூரிகை, பேரிகை, மண்டை, மத்தளம், முரசு, முருகு, வளை ஆகிய இசைக் கருவிகள் இவருடைய பாடல்களில் இடம்பெற்றுள்ளன.

ஒரே பாடலில் பல இசைக் கருவிகளையும் அவற்றின் ஓசை வகைகளையும் அருணகிரிநாதர் சுட்டிக்காட்டியுள்ளார். இவற்றிற்குச் சில காட்டுகள்.

"தந்த னந்தன தந்த னந்தன
திந்தி மிந்திமி திந்தி மிந்திமி
சங்கு வெண்கல கொம்பு துந்துமி ...... பலபேரி
சஞ்ச லஞ்சல கொஞ்சு கிண்கிணி
தங்கு டுண்டுடு டுண்டு டன்பல
சந்தி ரம்பறை பொங்கு வஞ்சகர் ...... களமீதே

(கொந்தளம் புகு... திருப்பு. 623)

தீந்த தோதக தந்தன திந்திமி
ஆண்ட பேரிகை துந்துமி சங்கொடு
சேர்ந்த பூரிகை பம்பை தவண்டைகள்..... பொங்குசூரை

(கூந்த லாழ. திருப்பு. 643)

தபலை திமிலைகள் பூரிகை பம்பைக்
கரடி தமருகம் வீணைகள் பொங்கத்
தடிய ழனவுக மாருத சண்டச் ...... சமரேறி

(குகனெ குருபர. திருப்பு. 620)

தடக்கை தாளமு மிட்டியல் மத்தள
மிடக்கை தாளமு மொக்கந டித்தொளி
தரித்த கூளிகள் தத்திமி தித்தென கணபூதம்"

(திருப்பு. 544)

அருணகிரியாரின் 'திருவகுப்பு' என்னும் நூலில் சந்தங்கள் கடல் போலப் பொங்கி எழுகின்றன என இசை அறிஞர்களும் இசை ஆர்வலர்களும் குறிப்பிடுகின்றனர். அருணகிரியார் சந்தங்களை உருவாக்கும்பொழுது இறையொடு ஒன்றிய சிந்தனையுள் மூழ்கி இருந்து முருகனின் சதங்கை ஒலி,

தண்டை ஒலி, கிண்கிணி, சிலம்பின் ஒலி, தவில் ஒலி, முழவுகளின் ஒலிகளை ஆன்மீக உணர்வினால் கேட்டுப் பாடல்களின் சந்தங்களை உருவாக்கினார் என அறிஞர்கள் சுட்டிக்காட்டியுள்ளனர்.

'முருகனின் ஆடல் ஒலிகளைத் தன் ஆன்மீக அகச் செவியால் கேட்கின்றார். முருகன் ஆடுங்கால் அவனுடைய திருவடியில் தண்டை, கிண்கிணி முதலியவைகள் சந்த ஒலிகளை உண்டாக்குகின்றன. அந்தச் சந்த ஒலிகளில் திருப்புகழ்ச் சந்தப் பாடல்கள் அமைந்து மலர்கின்றன. இவ்வாறு ஆகும் அனுபூதிச் செய்தியினை 'தண்டைகள் ஒலித்திடும் சந்த பேதம்'[102] என்று பாடியுள்ளார்.

இதற்குச் சான்றுகள்:

"தொங்கலுடன் பாடுக என்று அசரீரி எடுத்தோதியது:

முருகன் ஓதியது:

'முத்தைத் திரு பத்தித் திருநகை
 யத்திக் கிறை சத்திச் சரவண
 முத்திக் கொரு வித்துக் குருபரன் - என ஓது"

என்று அசரீரி அடி எடுத்துக் கொடுக்கக் கேட்டு, அருணகிரியார் 'என ஓதும்' எனப் பெயரெச்சமாக மாற்றிக்கொண்டு 'என ஓதும் முக்கட் பரமற்கு' என்று கூட்டிப் பாடலை அமைக்கின்றார். தொங்கல் என்பதற்குத் தனிச்சீர், மதானி, பதக்கம், சொற்சீர் என்னும் பெயர்கள் வழங்குகின்றன'[103] பலவகையான கலப்புச் சந்தங்களையும் உருவாக்கியுள்ளார்.

---

102 தமிழிசைக் கலைக்களஞ்சியம், தொகுதி-1, வீ.ப.கா. சுந்தரம், பாரதிதாசன் பல்கலைக்கழகம், பதி. 1992, பக். 71.
103 மேற்படி, பக். 68.

"அருணகிரிநாதரின் திருப்புகழில் ஒரே வகை நடையே, அடங்கிய பாடல்கள் உண்டு. பலவகை கலந்த காப்புச் சந்தங்கள் உண்டு.

நடை வகைகள்:

தகிட (3), தகதின (4), தகதகிடம் (5), தகதிமிதிமி (6), தகிட தகதிமி (7) முதலியன. இந்த நடைகளைக் கலந்து உண்டாகும் நடை கலப்பு நடை அல்லது கலப்புச் சந்தம் எனப்படும்'.[104]

அருணகிரியார் திருப்பரங்குன்றத்தில் முருகனைத் தொழும்பொழுது 'திருப்பரங்குன்றம் மேவும்' என்னும் அடியினின்றும் சந்தம் உருவாகின்றது.

சந்தம்: தனத்தன தன்ன தான - தனதானா

பாடல்: திருப்பரங் குன்ற மேவு - பெருமாளே

இந்தச் சந்தத்திலே முருகனின் நடன ஒலியும் கேட்கின்றது. தவில் ஒலி கேட்டுச் சந்தம் அமைகின்றது. தவில் ஒலி சந்தம் அமைக்கிறது (602)

தித்தி மித்திமி தீத் தோதக
தத்த நத்தன தான தீதிமி
திக்கு முக்கிட முரி பேரிகை - தவில் போட

தம் அனுபூதியை வெளியிட்டுத் தண்டைகள் 'கலின் கலின் கலி' என ஒலிக்கக் கேட்டு உருவான பாடல்'.[105]

பலவிதமானப் பறைகள்

'முருடுக ளப்பறைகள் தாரைகொம் புவளை'

(திருப்புகழ். 598)

---

104 மேற்படி. பக். 70.

105 மேற்படி. பக். 71.

தவில்க ணப்பறை கூளமோ டிமிலை தோணி

(திருப்புகழ். 240)

'திமிலை கரடிகை பதலைச லரிதவில்
தமர முரசுகள் குடமுழ வொடுதுடி
சத்தக் கணப்பறைகள் மெத்தத் தொனித் ததிர்'

(திருப்புகழ். 923)

'இடுகுபறை சிறுபறைகள் திமிலையொடு தவிலறைய'

(திருப்புகழ். 868)

'பறைமுர சநந்தபேரி முறைமுறை ததும்ப நீசர்
அப்டைகட லிறந்து போக - விடும்வேலா

(திருப்புகழ். 549)

'தொகுதி வெகு முரசுகர டிகைடமரு முழவுதவில்
தம்பட்ட மத்தள மினம்பட் டடக்கை பறை
பதலை பல திமிலை முத லதிரவுதிர் பெரியதலை
மண்டைத் திரட்பருகு சண்டைத் திரட்கழுகு

(திருப்புகழ். 369)

'முதிர்திமிலை காடிகையிக் யிடக்கைக் கொடுந்துடி யுடுக்கை
பெரும் பதலை

(திருப்புகழ். 367)

'கொக்கரை சச்சரி மத்தளி'

(திருப்புகழ். 278)

அருணகிரியாரின் திருப்புகழில் இவ்வாறு பலவிதமான இசைக் கருவிகளும், பலவிதமானப் பறைகளும் இடம்பெற்றுள்ளன. முருகக் கடவுளே விரும்பிக் கேட்ட இப்பாடல்களில் கடவுளின் இசையாக, இறையின் இசையாக இறையின் பறையாக ஒலித்ததாகக் குறிப்பிடப்பட்டுள்ளது என்பதை எடுத்துக்காட்டவும், அதன் தொன்மையையும் சிறப்பையும் அறிந்துகொள்ளும் நோக்கில் இங்கு சுட்டிக் காட்டப்படுகின்றது.

அருணகிரிநாதர் தன் பாடல்களில் தாளக் கருவிகளின் இசையொலியை மிகவும் அனுபவித்து வழங்கியுள்ளார். தமிழில் இராக மாளிகை போல் தாள மாளிகை அமைத்து வழங்கியவர் அருணகிரிநாதர். அவரைப் போல சந்தங்கள், தாளங்களுடன் முருகனைச் சிறப்பித்துப் பாடியவர் எவரும் இல்லை. தம் காலத்திற்கு முன்பு இருந்த தமிழிலக்கியங்கள் அனைத்தையும் ஆழக் கற்றவர். திருஞானசம்பந்தரை அருணகிரிநாதர் தம்முடைய இறைமைக் குருவாக எண்ணி அவரைப் பின்பற்றி வந்தார். திருஞானசம்பந்தர் ஏழாம் நூற்றாண்டில் வாழ்ந்தவர். அருணகிரிநாதர் பதினைந்தாம் நூற்றாண்டில் வாழ்ந்தவர்.

அருணகிரிநாதர் பாடிய நூல்கள்:

திருப்புகழ், திருவகுப்பு, கந்தர் அந்தாதி, கந்தர் அலங்காரம், கந்தர் அனுபூதி, வேல், மயில், சேவல் ஆகிய விருத்தங்கள் ஆக ஆறு நூல்கள் முருகனைப் பாடும் நூல்களாக வழங்கியுள்ளார். அருணகிரியாரை முருகன் 'நாதா' என்றழைத்ததால் அருணகிரிநாதர் எனப் பெயர் பெற்றதாகக் குறிப்பிடப்படுகிறது.

திருப்புகழில் பறை ஓசை நயங்களும் தாள நடைகளும்

முருகனைப் போற்றிப் புகழ்ந்து அருணகிரிநாதர் பாடிய பாடல்கள் 'திருப்புகழ்' எனப் போற்றப்படுகின்றது. பக்தி இலக்கியங்களில் திருப்புகழுக்கென்ற தனிச் சிறப்பிடம் உண்டு.

'வேதம் வேண்டாம் சகல வித்தைவேண்டாம் கீத
நாதம் வேண்டாம் ஞான நூல் வேண்டாம் – ஆதி
குருப்புகழை மேவுகின்ற கொற்றவன் தாள் போற்றும்

திருப்புகழைக் கேளீர் தினம்[106]

(திருப்புகழ். சிறப்பு - 6)

என்ற பாடல் திருப்புகழின் சிறப்பை உணர்த்துகின்றது. 'முருகப் பெருமானுடைய திருவருளை எளிதாகப் பெறுகின்ற நெறி திருப்புகழை உள்ளம் உருகி ஓதுவதேயாகும்' என்று திருப்புகழுக்கு உரை வழங்கிய திருமுருக கிருபானந்த வாரியார் குறிப்பிடுகிறார். முருகனை வழிபடுகின்ற திருத்தொண்டர்கள் போற்றிப் புகழாரம் சூட்டும் இந்நூல் ஒரு செந்தமிழ்க் கடல், தமிழிசை நூல், தமிழின் இனிமையும், இசையின் இனிமையும், ஒரு சேரக் குவிந்துள்ள புகழ்மிக்க நூல் எனலாம்.

'அருணகிரிநாதர், முருகப் பெருமானின் சதங்கை யொலியையும், கிண்கிணியொலியையும் ஆன்மீக உணர்வினால் அகச்செவியால் கேட்டு அவ்வொலியின் வழியிலே திருப்புகழ்ச் சந்தங்களை ஆங்காங்கே திருத்தலங்களில் உருவாக்கிப் பாடினார். முருகனின் திருப்பாதத் தண்டை ஒலிகளைக் கேட்க ஆசைப்பட்டு வேண்டுகின்றார்.

"இசைத்திடும் சந்த பேதம்
ஒலித்திடும் தண்டை சூழும்
இணைப்பதம் புண்ட ரீகம் - அருள்வாயே"

(திருப்புகழ். 20)

முருகனின் நடன ஒலியை அகச் செவியில் கேட்டபோது சந்த அமைப்பு மனத்தில் உருவாகின்றது என்று குறிப்பிடப்பட்டுள்ளது.

'முருகன் ஆடுகின்றான். அவனுடைய திருப்பாதத் தண்டைகள் ஒலிக்கின்றன. அந்த ஒலிகள் சந்த வேறுபாடுகளைக் காட்டும் ஒலிகள். அருணகிரியார் தம் அகச் செவியால்

---

106 திருப்புகழ் விரிவுரை, திருமுருக கிருபானந்தவாரியார் சுவாமிகள், வானதி பதிப்பகம், சென்னை, மு.ப. vii

இந்தச் சந்த வேறுபாட்டு ஒலிகளைக் கேட்குந் தோறும், புத்துயிர் பெற்றுத் திருப்புகழ்ச் சந்தங்கள் அருள்கின்றார். மேலும் விடுதலையடைந்து கரையேறுகின்றனர்'[107] என அருணகிரிநாதரைப் பற்றிக் குறிப்பிடப்படுகிறது.

முருகனின் சிறப்பு, காட்சி பெறுதல், வேல், மயில், சேவல் இவற்றைச் சிறப்பித்தல், தலங்களின் சிறப்பு, பகை வெருட்டல், கதியின்மைக் கூறுதல், முருகனின் அருள்வேண்டல் இவற்றை முன்னிலைப்படுத்திப் பாடும் அருணகிரியார் விலைமாதர்களின் கேசாதிபாத வருணனையும், அவர்களின் செயல்பாடுகளும், அவர்களை நாடிச் சென்று பிழை செய்துவிட்டதையும் கூறி இப்பிறப்பு நீங்கும்படி தன்னைக் காத்தருளும்படி வேண்டுதலும் நிரம்பிய பாடல்கள் திருப்புகழாகும்.

திருப்புகழ் பாடல்கள் பலவற்றில் பறை, திமிலை, தம்பட்டம், துடி, முரசு, துந்துமி, மத்தளம், இடக்கை, தவில், கைப்பறை, புல்லாங்குழல் எனப் பல்வேறு இசைக் கருவிகளின் முழக்கங்கள், தாளகதிகள் இடம்பெற்றுள்ளன. (எ-டு)

திருப்புகழ் (திருப்பரங்குன்றம், திருச்செந்தூர்) 5 ஆவது பாடல் (நினது திருவடி சத்திமயிற்கொடி) முருகவேலை முன்னிலைப்படுத்தி விநாயகரின் வரம் குறித்துப் பாடல் பெற்றது. முருகனின் திருவடியை ஒருபோதும் மறவாதிருக்க வரம் வேண்டுகிறார் அருணகிரிநாதர்.

இப்பாடலில் பல்வேறு இசைக் கருவிகளின் ஒலிகள் தாளநடைகள் எழுத்து வடிவில் இடம்பெற்றிருப்பதைக் காணலாம். முருகன் பெருமிதமான போர்க்களத்தைக் காட்சிப்படுத்துகின்ற பாடல்களில் பல்வேறு இசைக் கருவிகளின் முழக்கத்தைக் குறிப்பிட்டுள்ளதைப் பல சான்றுகள் மூலம் அறியலாம்.

---

107 தமிழிசைக் கலைக்களஞ்சியம், தொகுதி 1, வீ.ப.கா. சுந்தரம், பக். 71.

இசை அறிஞர் வீ.ப.கா. சுந்தரம் அருணகிரிநாதர் கூறிய பண்கள், சந்தங்கள், அவர் இயற்றியுள்ள நீளமான திருப்புகழ், திருவெழுகூற்றிருக்கை ஆகியன குறித்து விரிவாகத் தமிழிசைக் கலைக் களஞ்சியத்தில் குறிப்பிட்டுள்ளார்.

அருணகிரிநாதர் 'கண்ணனுக்கு அறிவு நலம் அருளிய விநாயக மூர்த்தியே! மாதர் வசம் சேராது உமது மலரடி சேர அருள் புரிவீர்'[108] என வேண்டுகின்றார்.

'தெனன தெனதென தெந்தென னப்பல
சிறிய அறுபத மொய்த்துதி ரப்புனல்
திரளும் உறுசதை பித்தநிணைக் குடல் செரிமூளை
செகும உதரநி ரப்பு செ ருக்குடல்
நிறைய அரவநி றைத்தக ளத்திடை
திமித திமிதிமி மத்தளி டக்கைகள் செகசேசே
எனவே துகுதுகு துத்தென ஒத்துகள்
துடிகள் இடிமுக ஒத்துமுழக்கிட
டிமுட டிமுடிமு டிட்டிமெ னத்தவில் எழுமோசை
இகலி அலகைகள் கைப்பறை கொட்டிட
இரண பயிரவி சுற்றுநடித்திட
எதிரு நிசிசர ரைப்பெலி யிட்டருள் பெருமானே'[109]

(திருப்புகழ் - 4)

பொருள்: 'தெனன தெனதென தெத்தெனன' என்று ஒலிக்கின்ற சிறிய ஈக்கள் பல மொய்க்கின்ற உதிரம், திரண்டுள்ள சதை, பித்தம் நிறைந்த குடல், இவை நிறைந்த போர்க்களத்தில், திமித திமிதிமி என்று மத்தளம் ஒலிக்கவும், ஒத்து என்ற ஊதுகுழல் துகு துகு துத்தென்று ஒலிக்கவும், இடையைப் போல் உடுக்கை ஒலிக்கவும், தவில் என்ற வாத்தியம் டிமுட டிமு

108 திருப்புகழ் விரிவுரை (தொகுதி–1), திருமுருக கிருபானந்தவாரியார் சுவாமிகள், வானதி பதிப்பகம், சென்னை, ஒன்பதாம் பதிப்பு, 2016, பக். 31.

109 மேற்படி. 31–32

டிமு டிட்டி என்று ஒலிக்கவும். மாறுபட்ட பேய்கள் கைப்பறை கொட்டியாடவும், இரணபயிரவி சுற்றி நடிக்கவும், எதிர்த்துப் போரிட்ட அவுணர்களைக் கொன்ற பெருமித முடைய முருகக் கடவுளே![110] இப்பாடலில் போர்க்களத்தில் ஒலிக்கின்ற மத்தளத்தின் ஒலி, உடுக்கையின் ஒலி, தவில் வாத்தியத்தின் ஒலி ஆகியவற்றைக் குறிப்பிட்டுள்ளதைக் காணலாம். இவ்வொலிகளுக்கிடையே பல வேறுபாடுகள் இருப்பதையும் காணலாம்.

கொத்துப்பறை

அருணகிரியார் 'சூராதியவுணர்களைக் கொன்ற முருகக் கடவுளே! உம்மை எப்போதும் தியானிக்கும் அறிவைப் பெறும் பொருட்டு விநாயகரை வணங்குகின்றேன்.'[111] என்ற கருத்துடன்

முத்தைத்தரு பத்தித் திருநகை
அத்திக்கிறை சத்திச் சரவண
முத்திக்கொரு வித்துக் குருப ...... எனவோதும்

என்று தொடங்கும் இப்பாடலில்

நிர்த்தப்பதம் வைத்துப் பயிரவி
திக்கொட்கந டிக்கக் கழுகொடு ...... கழுதாடத்
திக்குப்பரி அட்டப் பயிரவர்
தொக்குத்தொகு தொக்குத் தொகுதொகு
சித்ரப்பவு ரிக்குத் த்ரிகடக ...... எனவோதக்
கொத்துப்பறை கொட்டக் களமிசை
குக்குக்குகு குக்குக் குகுகுகு
குத்திப்புதை புக்குப் பிடியென ...... முதுகூகை

110 மேற்படி. 33

111 திருப்புகழ் விரிவுரை (தொகுதி–1), திருமுருக கிருபானந்தவாரியார் சுவாமிகள், வானதி பதிப்பகம், சென்னை, ஒன்பதாம் பதிப்பு, 2016, பக். 38.

கொட்புற்றெழ நட்பற் றவுணரை
வெட்டிப்பலி யிட்டுக் குலகிரி
குத்துப்பட ஒத்துப் பொரவல ...... பெருமாளே.[112]

(திருப்புகழ் - 6)

இப்பாடலில் பறை வாத்தியங்களின் முழக்கங்களைப் பதிவு செய்துள்ளார் அருணகிரிநாதர்.

"தித்தித்தெய" என்கிற ஓசைக்கு ஒத்து, சிலம்புகளை அணிந்த நடனம் புரியும் திருவடியை வைத்துக் காளிதேவிகள் திசைகளுக்குப் பொருந்துமாறு நடிக்கவும், கழுகுகளோடு பேய்கள் கூத்தாடவும், திக்குகளிலேயிருந்து உலகங்களைத் தாங்குகின்ற அட்ட பயிரவர்களும் "தொக்குத் தொகு தொக்குத் தொகுதொகு த்ரிகடக" என்ற தாள ஒத்துக்களைக் கூறவும், பற்பல பறை வாத்தியங்கள் முழங்கவும், போர்க்களத்தில் முதிர்ந்த கோட்டானானது 'குக்குக்குகு குக்குக் குகுகுகு' என்ற ஒலியுடன், "குத்திப் புதை, புக்குப்பிடி" என்று கூக்குரலிடவும், (வேண்டிய வரவும், வாழ்வும் அளித்த சிவபெருமானது திருக்குமாரர் முருகக் கடவுள் என்ற) சினேக மனப்பான்மையற்ற அவுணர் குழாங்களைச் சுழற்சியுற்று எழுந்திருக்க வெட்டிப் பலியிட்டும், அசுரர் குலத்தின் மாயைக்கு ஒத்துநின்ற கிரவுஞ்ச மலையை அழித்தும், அறநெறியில் நின்று போர் செய்ய வல்ல பெருமையிற் சிறந்தவரே![113] என்பது இப்பாடலின் பொருள்.

இறைவன் முருகனின் போர்க்களக் காட்சியைக் கூறும் இப்பாடலில் 'கொத்துப்பறை கொட்ட - கூட்டமாய்ப் பற்பல பறை வாத்தியங்களை அதே தாளத்தில் முழங்கவும் என்று பறை ஓசையை மிகுத்து அருணகிரியார் குறிப்பிடுகிறார். 'கொத்துப் பறை' என்ற சொல்லாட்சி வேறு எங்கும் நாம் காணாத ஒன்றாக உள்ளது.

---

112 மேற்படி, பக். 38.

113 மேற்படி. பக். 41.

பறையின் ஓசை - தாளகதி

'வள்ளி மணவாளரே! திருமால் மருகரே! சூரசங்காரம் புரிந்த வீரமூர்த்தியே! பராசலமேவிய பரமனே! மாதர் மையல் தீர்ந்து உமது திருவடி சேர அருள்புரிவீர்[114] என அருணகிரிநாதர் வேண்டுகின்ற இப்பாடலில் பறை ஓசையைப் பதிவுசெய்துள்ளார்.

'அடல்வந்து முழங்கி யிடும்பறை
டுடுடுண்டுடு டுண்டுடு டுண்டெடன
அதிர்கின்றிட அண்ட நெரிந்திட வருசூரர்'[115]

(திருப்புகழ் - 10)

பொருள்: 'வல்லபத்தால் வந்து ஒலிமிகுந்து முழங்கும் பறை வாத்தியங்கள் டுடுடுண்டுடுடுண் என்று அதிரவும் அண்டங்கள் நெரியவும், இரணகளத்திற்கு வருகிற சூராதியவுணர் குழாங்களது மணத்திலும், அக்கினி சென்று தகிக்குமாறு அந்நாளில் அவ்வசுரர்களின் உடலுங்குடலும் கிழிந்து அழியும்படி மயில் முதுகினில் எழுந்தருளி வந்த முருகப் பெருமானே!'[116]

இப்பாடலில் அதிர்ந்து பேரோசை எழுப்பும் பறையின் தாளகதியைப் பாடியுள்ளார் அருணகிரிநாதர். முருகன் சூரர்களை வதம் செய்யும்பொழுது இப்பறையொலி முழங்கியதாக இப்பாடலில் குறிப்பிடப்படுகிறது.

கடல்போல் ஒலிக்கும் துந்துமி, குடமுழா
"மருவுங்கடல் துந்துமி யுங்குட
முழவங்கல் குமிங்குமி னென்றிட
வளமொன்றிய செந்திலில் வந்தருள் முருகோனே"[117]

(திருப்புகழ் - 11)

---

114 மேற்படி. பக். 52.

115 திருப்புகழ். பக். 52.

116 மேற்படி. பக். 52.

117 திருப்புகழ் விரிவுரை, திருமுருக கிருபானந்தவாரியார், வானதி பதிப்பகம், சென்னை, ஒன்பதாம் பதிப்பு, 2016, பக். 90.

“பல துன்பங்களாலுழன்று கலங்கிய சிறியேனது பாவங்கள் இன்றேயழிந்து போக எதிர் தோன்றி இன்னருள் புரிவீராக”[118] என்று அருணகிரிநாதர் வேண்டும் இப்பாடலில்

பொருள்: “சமீபத்தில் அனைந்திருக்கும் கடல்போல் ஒலிக்கும்படியான துந்துமியும் குடமுழாக்களும் குமின் குமின் என்று முழங்கிக்கொண்டிருக்கும் வளம் பொருந்திய செந்திமா நகரத்தில் வந்தருளும் முருகப்பெருமானே!”[119] என்று குறிப்பிடுகிறார்.

இப்பாடலில் துந்துமி பறை ஓசையையும், பல முகங்களை உடைய குடம் போன்று உள்ள குடமுழாவின் ஓசையையும் பாடியுள்ளார் அருணகிரிநாதர்.

குடமுழவு என்பது கரடியின் பாதம் போன்று வடிவுடைய ஒருமுக முழவு எனப்படுகிறது. இதன் வாய் தோலால் மூடப்பட்டது. திருவாசகம் அருளிய மாணிக்கவாசகர் முந்தைக் காலத்தில் நந்தி ஈசுவரனாகச் சிவபிரானிடம் இருந்து அவர் நடனத்திற்கும் குடமுழவு வாசித்து வந்தார் என்று கூறியுள்ளார்.

‘குராமலரோ டராமதியஞ் சடைமேற் கொண்டார்
குடமுழநந் தீசனைவா சகனாக் கொண்டார்’

(நாவுக். 6:96:11)

சிவனார் திருநடனத்திற்கு நந்தி தேவனார் குடமுழவு இயக்கினார் என்பதை அறிவிக்கும் பாடல்,

‘கட்டுவடம் எட்டுமுறு வட்டமுழ வத்தில்
கொட்டுகர மிட்டஒலி தட்டும் வகை நந்தி’

(சம். 2:32:3)

---

118 மேற்படி. பக். 90.

119 மேற்படி. பக். 92.

(குறிப்பு: இங்கு நந்திதேவர் முழக்கியதாகக் கூறப்படும் குடமுழவு. இருமுகத் தண்ணுமையாகிய முழவு) (தமி. கலை.களஞ். தொகுதி.2, ப. 143)

போர்ப்பறைகள் - 'செருப்பறை'

'செந்திற் கந்தவேலே! குன்றம் எரிந்த கூர்வேலா! சூரசங்காரா! உமது திருவடி தந்து ஆண்டருள்வீர்'[120] என்று அருணகிரிநாதர் வேண்டுகின்ற இப்பாடலில்

'சங்கமுர சந்திமிலை துந்துமித தும்பவளை
தந்தனத னந்தவென வந்தசூரர்
சங்கைகெட மண்டதிகை யெங்கிலும டிந்துவிழ
தண்கடல் கொ ளுந்தநகை கொண்ட வேலா'[121]

(திருப்பாவை - 6)

பொருள்: கூட்டமான முரசு வாத்தியங்களும், திமிலை என்ற பறை வாத்தியமும், பேரிகையும், ஒலிக்கவும் சங்குகள் தந்தனதனம் என்று முழங்கவும், போருக்கு வந்த சூராதியவுணர்கள் எல்லாத் திசைகளிலும் அவர்களுடைய எண்ணிக்கை குறைந்து நெருங்கி விழுந்து மடியவும் குளிர்ந்த சமுத்திரம் எரிபட்டு அழியவும் சிரித்தருளிய வேலாயுதரே'[122]

சங்க முரசம். "சங்கம் - கூட்டம்; முரசம் - முரசவாத்தியம். முரசு என்பது வெற்றிக்கு அறிகுறியாக வாசிக்கும் வாத்தியம். இசையால் விளையும் பயன் பல; போர்க்களத்தில் பேரிகை, சங்கு முதலிய வாத்தியங்களை ஒலித்தால் நாடி நரம்புகள் முருக்கேறி வீர உணர்ச்சியுண்டாகும். போரில் சூரன் முதலியோர் போருக்கு இந்தப் போர்ப்பறைகளை

120 திருப்புகழ், பக். 335.
121 மேற்படி, பக். 336.
122 மேற்படி. பக். 337.

முழக்கிக்கொண்டு வந்தனர்"[123] என்று இதற்குத் திருமுருக கிருபானந்த வாரியார் விளக்கமளித்துள்ளார்.

போர்ப்பறையின் தாளவரிசை

"திதிதி ததததந் திந்தித் தந்தட்
டிடிடி டடடடண் டிண்டிட் டண்டத்
தெனன தனதனந் தெந்தெந் தந்தத் தெனனானா
திகுர்தி தகிர்ததிந் திந்தித் திந்தித்
திரிரி தரரவென் றேன்றொப் பின்றித்
திமிலை பறையறைந் தெண்டிக் கண்டச் சுவர் சோரன்"[124]

(திருப்புகழ் - 42)

புலவர்கள் அகந்தை தீர்ந்து அறநெறி நிற்க அருள்புரிவீர் என்று அருணகிரிநாதர் முருகனை வேண்டுகின்ற இப்பாடலில் அரக்கர்கள் முழங்கிய பறை ஒலி குறிப்புகளை வழங்கியுள்ளார்.

பொருள்: 'திதிதி ததததந் திந்தித் தந்தட் டிடிடி டடடடண் டிண்டிட் டண்டத் தெனன தனதனந் தெந்தத் தந்தத் தெனனானா திருர்தி தகிர்த திந் திந்தித் தித்தித் திரிரி தரர என்ற ஒலிக்குறிப்புடன், ஒப்பில்லாத வகையில் திமிலை என்ற பறை வாத்தியத்தை முழக்கி, எட்டுத்திசைகளும், அண்டச் சுவர்களும் சோரும்படி, வஞ்சனை எண்ணத்துடன் வந்த பெருங்கூட்டமான மாலைகள் யணிந்த புயங்களையுடைய அரக்கர்கள் முதலில் கோபித்தும், பின்னர் அச்சமுற்றும் தங்கள் குடுமியுடன் கூடிய தலை கீழே படுமாறு பாதத்தில் பணிந்து எங்களுக்கு உனது அருளைத் தர வேண்டும் என்று வேண்டுமாறு போர் செய்த குமார மூர்த்தியே'[125]

123 மேற்படி. பக். 337–338.
124 மேற்படி, பக். 441–42.
125 மேற்படி. பக். 443.

இப்பாடலில் சூரர்கள் போரில் முழக்கிய பறை முழக்கத்தின் தாளவரிசையை அழகாகக் குறிப்பிட்டுள்ளதைக் காணலாம். இத்தாளகதிகளை 'அலகிடல்' எனக் குறிப்பிடுகின்றனர்.

மாதர் மயக்கத்தில் வீழ்ந்து தவியாது அடியேன் உய்வு பெற்று இன்புற அருள்புரிவீர் என அருணகிரிநாதர் முருகனை வேண்டுகின்ற இப்பாடலில், போர்க்களத்தில் போரிடுவோர்க்கு வீர உணர்ச்சி உண்டாகுமாறு பறைகளை முழக்குவர். அந்த முழக்கங்களைப் பற்றி இந்தப் பாடலில் குறிப்பிடுகிறார்.

"தீத தோதகந் தீததிந் தோதி த்மி
டுடு டுடுடுண் டுடுடு
டீருடீருகம்போல வொண் பேரிமுரசங்கள் வீறச்
சேடன் மேருவுஞ் சூரனுந் தாருகனும்
வீழ ஏழ்தடந் தூளி கொண்டாடமரர்
சேசெ சேசெயென் றாடநின் றாடிவிடு மங்கிவேலா"[126]

(திருப்புகழ் - 80)

பொருள்: 'தீத தோதகந் தீததிந் தோதிதிமி டுடு டுடுடுண் டுடுடுடுடீகு டீகுகம்போல-தீத- டீகுகம் போன்ற ஒலிகளைச் செய்து ஒண்பேரி முரசங்கள் வீற - ஒலிபெற்ற முரசு வாத்தியங்களும் பேரிகைகளும் பெரிய முழக்கஞ் செய்ய, சேடன் - ஆதி சேடனும் மேருவும் - மேருமலையும், சூரபன்மனும் தாருகாசுரனும் அயர்ந்து விழுமாறும், ஏழுமலைகள் பொடிபட்டு உதிரவும் ஜேஜே ஜேஜே என்று அமரர்கள் ஆடவும், போர்க்களத்தில் நடனஞ் செய்து விடுத்த நெருப்பு மயமான வேற்படையை உடையவரே'[127] பேரோசை எழுப்பும் ஒண்பேரி முரசங்கள் என்றும் பேரிகை எனப்படும் பெரும்பறைகளும் முழங்குகின்ற ஒலிக்குறிப்புகளை இப்பாடலில் பாடியுள்ளார் அருணகிரிநாதர்.

---

126 திருப்புகழ் விரிவுரை, பக். 448.

127 திருப்புகழ் விரிவுரை, பக். 450.

முழங்கிய சங்குகளும் பொங்கு தாரையும்

'மரண வேதனையுறும்போது உன் சாரணத்தைத் தந்து அருள வேண்டும்' என்று முருகனிடம் அருணகிரிநாதர் வேண்டுகின்ற இப்பாடலில்

'சஞ்ச சஞ்சக ணஞ்சக டுண்டுடு
டுண்டு டிண்டிமி டண்டம டுண்டுடு
தந்த னந்தன திந்திமி சங்குகள் பொங்குதாரை
சம்பு விந்கும ரன்புல வன்பொரு
கந்த னென்றிடு துந்துமி யுந்துவ
சங்க ளங் கொளி ருங்குடை யுந்திசை விஞ்சவே கண்'[128]

(திருப்புகழ் - 47)

பொருள்: சஞ்ச சஞ்சக ணஞ்சக டுண்டுடு டுண்டு டிண்டிமி டண்டம டுண்டுடு தந்தனந்தன திந்திமி என்ற சத்தத்துடன் சங்குகளும், தாரைகளும் 'சிவகுமாரன், புலவர் கோமான், போரில் வந்த கந்தப் பெருமான்' என்று கூவியொலிக்கும் பேரிகைகளும், கொடிகளும், ஒளி செய்கின்ற குடைகளும் திசைகளில் மிகுதியாக விளங்க, அவற்றைக் கண்டு அஞ்சிய வஞ்சனை மிக்க சூரனுடைய சேனைக் கூட்டங்களும், கிரவுஞ்ச மலையும், மற்ற யாவும் அந்நாளில் வெந்து பொடியாகுமாறு தேவர்களும் இந்திரனும் அபயம் புகவென்று அருளிய செவ்வேட்பரம'[129]

கந்த னென்றிடு துந்துமி
பேரிகையின் ஒலி, 'சிவகுமாரா! புலவரேறே! கந்தவேலே!

என்று எழுகின்றது.

---

128 மேற்படி. பக். 467.

129 மேற்படி. பக். 469.

பலவிதமாக ஒலித்த பறை முழவுகள்

'மாதர் மயக்கத்தினின்று மீளுமாறு உமது திருவடியைத் தந்தருள்வீர்' என அருணகிரி நாதர் வேண்டுகின்ற இப்பாடலில்

'பறைதிமிலை திமிர்தமிகு தம்பட்டம் பற்
கரையவுற வினரலற வுந்தித்' (1)

'டுடுடுடுடு டுடுடுடுடு டுண்டுட் டுண்டுட்
டெனவகலு நெறிகருதி நெஞ்சத் தஞ்சிப் பகிராதே (2)

'திமிதமென முழவொலி முழங்கச் செங்கைத்
தமருகம ததிர்சதியொ டன்பர்க் கின்பத்' (3)

(திருப்புகழ் - 61)

பொருள்: 1. இயமனது ஓலை வருகின்ற காலத்தில் உயிர் இயமலோகஞ் செல்ல, உடல் மட்டுமுள்ள இடத்தில் பறை, பம்பை, தம்பட்டம் முதலிய பலவிதமான வாத்தியங்கள் ஒலிக்கவும்' *(பக். 539)*

2. டெகுடெகுட டெங்கட் டெங்க தொகுகுகுகு தொகுகுகுகு தொங்கத் தொங்கத் தொகுதீதோ திமிதம் என்று முழவுகள் முழங்கவும் சிவந்த கரத்திலுள்ள உடுக்கையின் தாளத்துடனும், ஆநந்த நிருத்தம் புரிந்து, அன்பர்களுக்கு என்றுமகலாத இன்ப வீட்டை வழங்கும் பரத நாட்டியத்திற்கு ஆசிரியராகிய சிவபெருமான் (ப. 539).

3. பறை வாத்தியங்களும், திமிலை, பம்பையும் திமிர்த மிகு தம்பட்டம், ஒலிமிகுந்த தம்பட்டமென்கிற வாத்தியமும் பலவிதமாக ஒலிக்கவும். *(பக். 539)*

ஏழுகடல்கள் போல் ஒலித்த முழவுகள்

அருணகிரிநாதர் முருகக் கடவுளைப் புகழ்ந்து பாடும் திருப்புகழ் பாடல் ஒவ்வொன்றிலும் அக்கடவுளின்

சிறப்பை விதவிதமாக எடுத்துக்காட்டுகின்றார். பல பாடல்கள் முருகனின் போர்த்திறமும், அசுரர்களின் கோபத்தை அழித்து, அவர்களை அடக்கிய முறைகளும் எடுத்துக்காட்டப்பட்டுள்ளன. இவை போர்க்களப்பாடல்களாக அமைந்துள்ளன. சான்றாக 'குன்றுதோறாடல்' முதல் தொகுதியில் உள்ள 3 ஆவது பாடலைக் காணலாம். இப்பாடலில் முழவுக் கருவிகள் போர்க்களத்தில் ஏழுகடல்களைப் போல ஒலித்தது எனப் பேரோசையைத் தாளகதியில் பாடியுள்ளார் அருணகிரிநாதர்.

'தனன தந்தன தானனா தனதனன
தினன திந்தன தீததோ திகுததிகு
தகுத குந்ததி தாகுதோ என முழவு வளைபேரி
தவில்க ணம்பறை காளமோ டிமிலை தோனி
யினமு ழங்கெழு வேலைபோ லதிரபொரு
சமர்மு கங்களின் மேவியே விருதுசொலு மவுணோர்கள்
(திருப்புகழ் - 3, குன்றுதோறாடல்)

பொருள்: 'தனன தந்தன தானனா தனதனன தினன திந்தன தீததோ திகுத திகு தகுத குந்ததி தாகுதோ என்ற ஒலிகளை உண்டாக்கி, முரசு, சங்கு, பேரி, தவில் பறைகள், எக்காளம், திமிலை முதலிய வாத்தியங்கள் ஏழுகடல்களைப் போல் ஒலிக்க, போர்க்களத்தில் வந்து தற்பெருமை கூறிய அசுரர்களின் கோபம் அழியவும், யானை வலிய குதிரைகளின் உதிரமானது எண் திசைகளையும் மூடவும், பேய்கள் நரிகள் பறவைகள் களிப்புறவும், புன்னகை புரிந்து வேலாயுதத்தை விடுத்தருளியவரே'[130] எனச் சிறப்பித்துக் காட்சிப் படுத்துகிறார் அருணகிரிநாதர். இக்காட்சிகளெல்லாம் உண்மையில் நடைபெற்றதா இல்லையா என்ற வினாக்களுக்குள் நாம் செல்லவில்லை. ஆனால் இசைக் கருவிகளைப் பற்றிய செய்திகளை வெகுநுட்பமான

130 திருப்புகழ் விரிவுரை, திருமுருக கிருபானந்த வாரியார், குன்றுதோறாடல் (முதல்பகுதி), வானதி பதிப்பகம், சென்னை, ஆறாம் பதி. 2017, பக். 12–13.

ஒலிப்பு முறைகளை அதன் தன்மைகளை பாடல்களாகப் பாடியுள்ளதை இங்கு எடுத்துக்கொள்ளலாம்.

சதபேரி - நூற்றுக்கணக்கான முரசு வாத்தியங்கள்

திருத்தணி முருகா! உமது பதமலரை வில்வத்தால் வழிபட அருள்புரிவாய் என அருணகிரிநாதர் வேண்டுகின்ற இப்பாடலில் மனித வாழ்வில் நிகழும் நிகழ்ச்சிகள் பலவற்றை இப்பாடலில் கூறுகின்றார். கலகம், மொழிச்சண்டைகள், நிறச்சண்டைகள், மதச் சண்டைகள், சாதிச் சண்டைகள், சமயச் சண்டைகள் முதலிய பலவிதமான சண்டைகளிட்டு மனிதர்கள் மண்டையுடைப்பட்டு வருந்துவார்கள் என்பதைக் கூறும் இப்பாடலில் தணிகைமலை முருகனின் சிறப்பையும் அங்கு ஒலிக்கின்ற இசைக் கருவிகளின் ஒலிகளையும் குறிப்பிட்டுப் பாடியுள்ளார்.

'தத்தனத னாத னத்தந் தத்தனத னாத னத்தந்
தத்தனத னாத னத்தந் தருதீதோ
தக்குகுகு டூடு டுட்டுண் டிக்கிகுகு டீகு தந்தந்
தததனத னான னூர்த்துஞ் சதபேரி
சித்தர்கள்தி டாதர் வெற்பின் கொற்றவர்சு வாமி பத்தர்
திக்குகளோர் நாலிரட்டின் கிரிசூழச்
செக்கணரி மாக னைக்குந் சித்ததணிகை வாழ்சி வப்பின்
செக்கர்நிற மாயி ருக்கும் பெருமாளே'[131]

(திருப்புகழ் - 19)

பொருள்: தத்தன தனாதனத்தந் தந்தன தனா தனதீதத் தத்தனதனா தனத்தந் தகுதீதோ தக்குகுகு டூடு டுட்டுண் டிக்குகுகு டீகு தத்தந் தத்தன தனான னூர்த்து என்று ஒலிக்கின்ற நூற்றுக்கணக்கான முரசு வாத்தியங்களின் ஒலியுடன் சித்தர்களும், மலைவாழ் வேடர்களும், மன்னவர்களும், இறைவனடியார்களும் எட்டுத்

---

131 திருப்புகழ் விரிவுரை, திருமுருக கிருபானந்த வாரியார், குன்றுதோறாடல், (முதற்பகுதி), வானதி பதிப்பகம், சென்னை, ஆறாம் பதி. 2017, பக். 91–92.

திசைகளிலிருந்தும் வந்து மலையை வலம்வந்து பணிய விளங்குவதும், சிவந்த கண்களுடன் கூடிய சிங்கம் ஒலி செய்வதும் ஆகிய ஞானத் தணிகைமலை மீது மிகச் சிவந்த வடிவுடன் வாழும் பெருமிதம் உடையவரே!"[132] என முருகனைப் போற்றிப் புகழ்ந்து பாடுகிறார் அருணகிரிநாதர். இப்பாடலில் நூற்றுக்கணக்கான பெரும் முரசுகள் முழங்கிய முழக்கங்களை அவ் ஒலிகளைப் பாடியுள்ளதைக் காணலாம்.

வீராணம், வெற்றிமுரசு

"தணிசேசா! மாதர் உறவு அற உன் பாதமலரைத் தந்தருள்க" என வேண்டும். அருணகிரிநாதர் சூரரை வதம் செய்து போரிட்டபோது கடல் போல் வெற்றி முரசுகள் ஒலித்தன என்பதைக் குறிப்பிட்டுள்ளார்.

'வீராணம் வெற்றிமுர சோடே தவிற்றிமிலை
வேதா கமத்தொலிகள் கடல்போல
வீறாய் முழக்கவரு சூரா ரிறக்கவிடும்
வேலா திருத்தணியி லுறைவோனே'[133] (திருப்புகழ்-32)

'வீராணம், வெற்றிமுரசு, தவில், திமிலை, வேதாகம ஓசைகள் இவை கடல்போல் பெருமையுடன் ஒலிக்க எதிர்த்துவந்த சூராதி யவுணர்கள் மாயுமாறு விடுத்த வேலாயுதரே! திருத்தணிகை மலைமீது எழுந்தருளியிருப்பவரே!'[134] எனப் போரில் ஒலித்த தோல்கருவிகளைக் குறிப்பிடுகிறார் அருணகிரிநாதர்.

இதில் குறிப்பிடப்படும் வீராணம் என்பது ஒரு வகையான தோற்கருவி, காட்டில் தன் விருப்பம் போலத் திரிகின்ற எருது, வேங்கையைத் தன் வச்சிரம் போன்ற கொம்பினால் குத்திக் கொல்லும் ஆற்றல் படைத்ததாக இருக்கும். அப்படி

---

132 மேற்படி. பக். 92.

133 மேற்படி. பக். 157–158.

134 திருப்புகழ் விரிவுரை, திருமுருக கிருபானந்த வாரியார், பக். 157–58.

வேங்கையைக் கொன்ற ஒரு வீர எருது வாழ்நாள் முடிந்து இறந்தபின் அதன் தோலைக் கொண்டு சந்தன மரத்தில் செய்த வாத்தியம் முரசு எனப்படும். அவ்வகை முரசை முற்காலத்து மன்னர்கள் கட்டிலில் வைத்து மலரிட்டுப் பூசிப்பார்கள். பகைவரை வென்றபின் அம்முரசை முழக்குவார்கள். அதற்கு வெற்றிமுரசு என்று பெயர் எனும் விளக்கத்தினைத் திருமுருக கிருபானந்த வாரியார் இப்பாடலின் விரிவுரையில் குறிப்பிட்டுள்ளார்.

சிறுபறைகளும் பேரிகைகளும்

'திருத்தணிகைப் பெருமானே! ஆசை வயப்படாது அடியேன் உனது பாதமலர் சேர அருள் புரிவாய்' என வேண்டுகின்ற அருணகிரிநாதர்

'பெருகிய நித்தச் சிறுபறைச் கொட்டில்
பேரிகை முழக்கப் புவிமீதே
ப்ரபலமுள் சுத்தத் தணிமலை யுற்றுப்
ப்ரியமிகு சொக்கப் பெருமாளே!'[135]

(திருப்புகழ் - 41)

பொருள்: 'தினமும் ஒலி பெருகுகின்ற சிறுபறைகளையும் பேரிகைகளையும் முழக்குகின்ற புகழும் பூமியில் தூய்மையும் உடைய திருத்தணிகை மலைமீது அன்புடன் எழுந்தருளியுள்ள அழகிய பெருமிதம் உடையவரே'[136] எனப் பாடியுள்ளார். முருகக் கடவுளுக்குப் புகழ் சேர்க்க தினமும் சிறுபறைகளையும், பேரிகைகளையும் முழக்குவதாகக் குறிப்பிடுகிறார். தமிழ்க் கடவுளாகப் போற்றப்படுகின்ற முருகனுக்கு இசைக்கின்ற கருவிகளாகக் குறிப்பிட்டுள்ளார் அருணகிரிநாதர். கற்பனைக்குரிய பாடலாகவும், காட்சியாகவும் கருதப்பட்டாலும்

---

135 மேற்படி. பக். 204-205.
136 திருப்புகழ் விரிவுரை, திருமுருக கிருபானந்த வாரியார், பக். 204-205.

இறைக்கும் பறைக்கும் உள்ள தொடர்புகளை அறிந்து கொள்ளவே இங்கு காட்டப்படுகிறது.

‘கொக்கரை சச்சரி’ - தாளவாத்தியங்கள்

அருணகிரிநாதர் விலைமகளிரை நாடிச் செல்லும் தன் புத்தியை, அவ்விதம் அவர்களோடு செல்லாது தடுத்து ஆட்கொண்டருள வேண்டும் முருகா என வேண்டுகின்ற இப்பாடலில்,

“கொக்கரை சச்சரி மத்தளி யொத்து
விடக்கைமு ழக்கொலி யாலக்
கொக்கிற கக்கர மத்தம ணிக்கருள்
குத்த தணிக்கும ரேசா”

(திருப்புகழ் - 44).

எனப் பல இசைக் கருவிகளைக் குறிப்பிட்டுள்ளார்.

“கொக்கரை, சச்சரி, மத்தளி, ஒத்து, இடக்கை யென்ற வாத்தியங்கள் மிகுதியாக ஒலிக்கக் கொக்கின் இறகு, எலும்பு, பாம்பு, ஊமத்த மலர், இவற்றை அணிகின்ற சிவபெருமானுக்கு ரகசியத்தை உபதேசித்தருளியவரே! திருத்தணியில் எழுந்தருளியுள்ள குமாரக் கடவுள்!”[137] எனக் குறிப்பிட்டுள்ளார்.

கொக்கரை, சச்சரி என்பவை ஒருவகை தாள வாத்தியங்கள். மத்தளி என்பது மத்தள வகையில் ஒன்றாகக் குறிப்பிடப்படுகிறது. ஒத்து என்பது நாதசுரத்துடன் சுருதியாக ஊதும் குழல். இடக்கை என்பதும் ஒருவகை தாள வாத்தியமாகும். சிவபெருமானுக்கு முருகன் உபதேசிக்கும்போது இந்த வாத்தியங்கள் யாவும் ஒலித்தன எனக் குறிப்பிடப்படுகின்றது. இதில் சிவபெருமானுக்கும்,

---

137 திருப்புகழ் விரிவுரை, திருமுருக கிருபானந்த வாரியார், உரை. பக். 215–16.

முருகனுக்கும் உகந்த இசைக் கருவிகளாக இடம்பெற்றுள்ளன என்பது இப்பாடல் காட்டுகிறது.

‘சதிமுழவு பலவுமிரு பக்கத்தி சைப்ப’

‘திருத்தணிகையாண்டவனே! உலக இன்பத்தால் வரும் கவலை கெட நின்று அன்பைத் தந்தருள் செய்வீர்’ என்று வேண்டுகின்ற அருணகிரிநாதர் இப்பாடலில் திருத்தணிகை மலையில் முருகன் பலவிதமான வாத்தியங்கள் ஒலிக்க மயில் மீது நடனமாடுகின்றான் எனக் குறிப்பிடுகிறார்.

‘செகுதகெண கெணசெகுத செக்குச்செ குச்செகுத
கிருதசெய செய கிருத தொக்குத்தொ குத்தொகுத
டிமிடிமி டிமிடிமிட டிட்டிட்டி டிடிமிட டிடதீதோ
திரிகடக கடகதிரி தித்திக்ர தித்ரிகட
திமிர்ததிமி திமிர்ததிமி தித்தித்தி தித்திதிதி
செணுசெணுத தண செணுத தத்தித்தி குத்ரிகுட ததித்தோ
தகுடதிகு திகுடதிமி தத்தத்த தித்திகுட
குகுகுகுகு குகுகுகுகு குக்குக்கு குக்குகுத
தாராரா ரிரிரிரிரி றிற்றித்த றிற்றிரிரி யெனவே நீள்
சதிமுழவு பலவுமிரு பக்கத்தி சைப்பமுது
சமையபயி ரவியிதய முட்கிப்ர மிக்கவுயர்
தணிகைமலை தனில் மயிலி னிர்த்தத்தி னிற்கவல பெருமாளே’[138]

(திருப்புகழ் - 52)

என ஒலிகள் நீண்டு ஒலிக்க, தாள வாத்தியங்கள் பலவும் இருபக்கங்களில் ஒலிக்கவும், பழைமையானவளும் உடனிருந்தவளுமான துர்க்காதேவி உள்ளம் அஞ்சித் திகைப்பு அடையவும், மகிமையில் உயர்ந்த திருத்தணிகை மலையில் மயில்மீது நடனஞ் செய்யவல்ல பெருமிதம் உடையவரே!”[139] எனப் புகழ்ந்துரைக்கின்றார் அருணகிரிநாதர். இப்பாடலில் குறிப்பிட்டுள்ள ஒலிகள் யாவும் முழவுக் கருவிகளின்

---

138 திருப்புகழ் விரிவுரை, திருமுருக கிருபானந்த வாரியார், வானதி பதிப்பகம், சென்னை, ஆறாம் பதி. 2016, பக். 245.

139 திருப்புகழ் விரிவுரை, திருமுருக கிருபானந்த வாரியார், பக். 245.

ஒலிக்குறிப்புகளாகும். ‘சதிமுழவு பலவுமிரு பக்கத்தி சைப்பமுது’ எனக் குறிப்பிட்டுக் காட்டியுள்ளதைக் கொண்டு முருகன் இந்த முழவொலிகளுக்கேற்ப நடனமாடினான் என்பது இங்கு கருத்தாக உள்ளது.

பேரோசை முழக்கும் முழவுகள்

“திருத்தணி கேசா! தவநெறியுற்று உன் தலவாசம் புரிய அருள்செய்” என அருணகிரிநாதர் முருகனை வேண்டும் இப்பாடலில் பேரிகைகள், உடுக்கைகள் முழங்க கொடுமையான சூரர்கள் போர்க்களத்திற்கு அணிவகுத்து வருவதைக் குறிப்பிடும்பொழுது அந்தத் தாளக் கருவிகளின் ஒலிகளை இசைப்பு முறைகளைப் பாடியுள்ளார்.

“தனத்தன தனத்தந் திமித்திமி திமித்திந்
தகுத்தகு தகுத்தந் தனபேரி
தடுட்டுடு டுடுட்டுண் டெனத்துடி முழக்குந்
தளத்துடன் நடக்குங் கொடுசூரர்”

(திருப்புகழ்-71)

பேரோசை எழுப்பும் முழவுக் கருவிகள் இசைக்கப்பட்டன என்பதைக் காட்டுகிறது இப்பாடல்.

சந்த பேதங்களுடன் மத்தளமும் பேரிகையும் உடுக்கையும்

அருணகிரிநாதர் இப்பாடலில் ‘திருத்தணி முருகவேலே! உனது திருவடியை என் உயிர் நீங்கு முன் தந்தருள் என வேண்டும்பொழுது முருகன் போர்புரிந்த காட்சியை விவரிக்கின்றார். இதில் போர்க்களத்தில் முழங்கிய முழவுக்கருவிகளின் இசையொலியைப் பாடியுள்ளார்.

‘தனத்த னத்தன தனதன தனதன
திமித்தி மித்திமி திமிதிமி திமிதிமி
தகுத்த குத்தகு தகுதகு தகுதகு தகுதீதோ

தரித்த ரித்தரி தரிரிரி ரிரிரிரி
தடுட்டு டுட்டுடு டடுடுடு டுடுடுடு
தமித்த மத்தள தமருக விருதொலி கடல்போலச்
சினத்த மர்க்கள செருதிகழ் குருதிய
திமிழ்த்தி டக்கரி யசுரர்கள் பரிசிலை
தெறித்தி டக்கழு நரிதின நிணமிசை பொரும்வேலா'

(திருப்புகழ் - 74)

"தனத்தனத்தன... திமித்த என்ற பலப்பல சந்த பேதங்களுடன் மத்தளமும் பேரிகையும் உடுக்கையும் கடல்போல் முழங்க சினத்துடன் கூடிய போர்க்களத்தில் உதிரம் பெருகித் தோயவும் இராக்கதர்களும் யானை குதிரை முதலியவைகளும் வில் முதலிய ஆயுதங்களும் பிளவு பட்டொழியவும் தசையுணவைக் கழுகுகளும் நரிகளும் உண்டு மகிழவும் போர்புரிந்த வேலாயுதக் கடவுளே!'[140] என்பது இப்பாடலின் பொருளாகும். முழவுக் கருவிகள் வெவ்வேறு முறைகளில் இசையொலியை எழுப்பியுள்ளதைக் காட்டுவதுடன் இது மென்மையான ஒலியல்லாமல் பேரோசையை எழுப்பக் கூடியதாக உள்ளதைக் கடல்போல் முழங்கியதாகக் காட்டுகிறார் அருணகிரிநாதர்.

தாள ஒத்துடன் முழங்கும் முழவுகள்

'திரிசிரபுரம் வாழ்தேவா! பரத்தையர் வசமாகி அழியாவண்ணம் பாதுகாத்தருள்வீர்' என வேண்டுகின்ற அருணகிரிநாதர் சதுமறை சந்தத்தொடு பாட முழவங்கள் கொட்ட முருகன் நடனமாடியதாக இப்பாடலில் பாடியுள்ளார்.

'தளர்வறு மன்பர்க் குளமெனு மன்றிற்
சதுமறை சந்தத் தொடு பாடத்
தரிகிட தந்தத் திரிகிட திந்தித்

---

140 திருப்புகழ் விரிவுரை, திருமுருக கிருபானந்த வாரியார், பக். 340–41.

தகுர்தியெ னுங் கொட் டுடனாடித்
தெளிவுற வந்துற் றொளிர்சிவ னன்பிற்
சிறுவஅ லங்கற் றிருமார்பா

(திருப்புகழ் - 99)

"சோர்வில்லாத அன்பர்களின் உள்ளமாகிய மன்றத்தில் நான்கு வேதங்களும் சந்தத்தோடு பாட, தரிகிட என்று தாள ஒத்துடன் முழவங்கள் முழங்க, நடனஞ் செய்து அன்பர்கள் தெளிவு பெறுமாறு அவர்கள் உள்ளத்தில் வந்து இருந்து விளங்குகின்ற சிவபெருமானுடைய இளங் குழந்தையே![141]

இப்பாடலில் சதுமறை பாடப் பல்வேறு கொட்டு முழவுகள் முழங்க முருகன் நடனமாடுவதாகப் பாடியுள்ளார் அருணகிரிநாதர்.

பேரொலி செய்யும் முழவுகள் வெற்றிச் சின்னங்கள்

'விராலிமலை வேலவா! ஆதிப் பொருளாகிய உன்னை இடையறாது தியானிக்க அருள் புரிவாய்' என அருணகிரிநாதர் வேண்டுகின்ற இப்பாடலில் பேரொலி செய்யும் பல தோற்கருவிகளைக் குறிப்பிடுகின்றார்.

தததத தததத ததத தததத
திதிதிதி திதிதிதி திதிதி திதிதிதி
தத்ததத தந்ததத தித்திதிதி திந்திதிதி
டகுடகு டிகுடிகு டகுகு டிகுடிகு
டிகுடிகு டகுடகு டிகுகு டகுடகு
தத்ததிமி டங்குகுகு தித்திதிமி டிங்குகுகு
தமிதமி தமிதக தமித திமிதக
திமிதிமி செகக்கண திமித திகதிக
தத்திமித தந்திமித தித்திமிதி திந்திமிதி ...... யெனவேதான்

தபலைகு டமுழவு திமிலை படகம
தபுதச லிகைதவில் முரசு கரடிகை

141 திருப்புகழ் விரிவுரை, திருமுருக கிருபானந்த வாரியார், பக். 457.

மத்தளித வண்டையற வைத்தகுணி துந்துமிகள்
மொகுமொகு மொகுவென அலற விருதுகள்
திகுதிகு திகுவென அலகை குறளிகள் [142]

(திருப்புகழ் - 120)

பொருள்: ‘தததத தததத ... தித்தி மிதி திந்திமிதி என்னும் ஒலிகளுடன் தபலை, குடமுழவு, திமிலை, படகம், புதுவகையான சல்லிகை, தவில், முரசு, கரடிகை, மத்தளி, தவண்டை, மிகுதியான தகுணிச்சம், துந்துபிகள் ஆகிய இந்த வாத்தியங்கள் மொகு மொகு மொகு என்று பேரொலி செய்யவும், திகு திகு திகு என்று வெற்றிச் சின்னங்கள் போர்க்களக்காட்டியை விளக்குகிறார்.[143] *130* ஆவது பாடலிலும் மொகரதுந்துபி ஆர்ப்ப - பெரிய ஆரவாரத்துடன் பேரிகை ஒலி எழுப்புவதைக் குறிப்பிடுகிறார்.

போர்க்களத்தில் முழங்கிய கொடுந்துடி, உடுக்கை, பெரும்பதலை

முருகனின் போர்க்கள வருணனை பல பாடல்களில் அருணகிரியார் பல்வேறு முழவுக் கருவிகள், அவற்றின் ஒலிகளைக் குறிப்பிடுகின்றார். ‘கொடுங்குன்றத்தில் மேவிய குமாரக் கடவுளே! அடியேனுடைய தொண்டினை ஏற்று அருள் புரியும்’ என வேண்டுகின்ற இப்பாடலில்,

‘திதிதிதிதி திதிதிதிதி தித்தித்தி திந்திதிதி
தத்தத்த தந்ததத
தெததெதெத தெததெதெத தெத்தெத்த தெந்ததெத
திக்கட்டி கண்டிகட
ஜெகணகெண கெணஜெகுத தெத்தித்ரி யந்திரித
தக்கத்த குந்தகுர்த ...... திந்திதீதோ

---

142 மேற்படி. பக். 438.

143 திருப்புகழ் விரிவுரை, ஆறாம் தொகுதி, திருமுருக கிருபானந்தவாரியார், பக். 438.

திகுடதிகு தொகுடதொகு திக்கட்டி கண்டிகட
டக்கட்ட கண்டகட
டிடிடுடுடு டிடிடுடுடு டிக்கட்டி கண்டிகட
டுட்டுட்டு டுண்டுடுடு
திகுகுதிகு திகுகுகுகு திக்குத்தி குந்திகுகு
குக்குக்கு குங்குகுகு ...... என்றுதாளம்

முதிர்திமிலை கரடிகையி டக்கைக்கொ டுந்துடியு
டுக்கைப்பெ ரும்பதலை
முழவுபல மொகுமொகென வொத்திக்கொ டும்பிரம
கத்திக்க ளும்பரவ்'[144]

(திருப்புகழ் - 133)

என முழவுக்கருவிகளின் பேரொலிகளைக் குறிப்பிடுகிறார். இதைப் போன்றே 182 ஆவது பாடலிலும் போர்க்களத்தில்

'உடுட்டு டூடுடு டுடுட்டொ டோவென
திகுத்த தீதிகு திகுர்த்த தாவென
உடுக்கை பேரிகை தவிற்கு ழாமுமி ...... ரங்குபோரில்'[145]

(திருப்புகழ் - 182)

என முழவுகளின் ஒலிகளைக் குறிப்பிடுகிறார்.

அருணகிரிநாதர் தாம் இயற்றிய திருப்புகழின் மூலம் அக்காலத்தில் இருந்த தமிழரின் இசைக் கருவிகள், இசை முழவொலிகள், இசை நுணுக்கங்கள், இசைப்பு முறைகள், இசைப்பண்கள் ஆகியவற்றை அறிந்துகொள்ளலாம்.

பன்னிரு திருமுறைகள் ஆண்டாளின் திருப்பாவை, அருணகிரிநாதரின் திருப்புகழ் ஆகியவை பக்தி இலக்கியங்கள் எவ்வாறு பறை இசைக் கருவி இறைவனோடும், இறைத் தத்துவத்தோடும் இணைந்து இருந்துள்ளது. ஆழ்வார்களும், நாயன்மார்களும், பறையிசையை உயர்வாக எப்படித் தம்

---

144 மேற்படி. பக். 440.

145 திருப்புகழ் விரிவுரை, கிருபானந்த வாரியார். பக். 483.

இலக்கியத்தில் பாடியுள்ளார்கள் என்பதைப் பகுத்தும் தொகுத்தும் பார்த்துப் புரிந்துகொள்ளவும் இந்நூலில் எடுத்துக்காட்டப்பட்டது.

⊙

பறை இசை - மீட்பு முயற்சி

பறை மேளம் பல்வேறு தெய்வங்களுக்கு உரிய இசைக்கருவியாகவும், நடனக் கருவியாகவும், வழிபாட்டுக்குரிய கருவியாகவும் பழங்காலத் தமிழ்ச் சமுதாயத்தில் தமிழர்களிடையே போற்றப்பட்ட புகழுக்குரிய இசைக்கருவியாகவும் விளங்கியது என்பதை பல சான்றுகளுடன் இந்நூலில் எடுத்துக் காட்டப்பட்டுள்ளது. சுமார் ஏழாம் நூற்றாண்டுக்குப் பிறகு இந்த நிலை மாறி பார்ப்பனிய சனாதன வைதிகக் கருத்துகள், செயல்பாடுகள் மிகத் தீவிரமாகப் பரவிய பிறகு பறை என்பது ஒரு குறிப்பிட்ட சமுதாய மக்களுக்குரியது, தீண்டாமைக்குரியது, தீட்டு, இழுக்கு, அழுக்கு எனப் பல்வேறு அடையாளங்கள் சுமத்தப்பட்டது. அது ஒரு சாப்பறையாக மட்டும் நின்று போனது என்பது எல்லோரும் அறிந்த உண்மை.

தமிழகத்தில் திராவிட இயக்கம், பொது உடைமை இயக்கங்கள் உருவாக்கிய சாதி, மத மறுப்பு கருத்தாக்கங்களால் ஏற்பட்ட விழிப்புணர்வு என்பதுதான் பறை மீட்பு முயற்சிக்கு முதற்படியாக அமைந்தது. குறிப்பாக பொது உடைமை இயக்கத்தைச் சார்ந்த கலை இலக்கிய குழுக்கள் உழைக்கும் மக்களின் கலை இலக்கியப் படைப்புகளை பரவலாக்கவும், புரட்சிகர சிந்தனைகளை, போராட்ட உணர்வுகளை உருவாக்கவும், வளர்க்கவும் முன்னெடுத்த முயற்சியில் பறைக் கருவியும், பறை இசையும் முன்னிறுத்தப்பட்டது. இதன் இரண்டாவது படிநிலையாகும்.

படிப்பறியாத பாமர பறை இசைக் கலைஞர்களும், பல்கலைக் கழகப் பேராசிரியர்களும் இதை மேலும் மேலும் முன்னெடுத்துச் செல்ல தங்கள் பங்களிப்புகளைச் செய்ய முன் வந்தார்கள். இது இதன் மூன்றாவது படிநிலையாகும்.

இந்தப் போக்கில் சமூகச் செயற்பாட்டாளர்களுக்குப் பறை இசைக்கருவி ஒரு போர்க் கருவியாக, தங்கள் போராட்டங்களின் அடையாளக் கருவியாக, ஒட்டு மொத்த தமிழர்களின் வாழ்வியலில் ஏற்படுகின்ற அல்லது ஏற்படுத்துகின்ற சிக்கல்களை, சாதி, மத ஒடுக்குமுறைகளுக்கு எதிராக சமூக அநீதிக்கு எதிராக, வன்கொடுமை நிகழ்வுகளுக்கு எதிராக, ஆதிக்கவாதிகளுக்கு எதிராக, மக்களை ஒடுக்கி அடிமைகளாக்கும் சட்டங்களுக்கு எதிராக, சனாதனப் பார்ப்பனியத்திற்கு எதிராக, பெண்ணடிமைக்கு எதிராக என அத்துனைக்கும் எதிராக 'விடுதலை' என்ற உணர்வினை ஊட்டக் கூடிய முழக்கும் இசையாக, பறை இசை இன்றளவில் மாறி வருகிறது.

பறையைத் தொடுவது என்பது பல நூற்றாண்டுகளாக அடிமைத்தனத்தையும், தீண்டாமையையும் சுமந்து வந்த ஒரு மனிதனைத் தொடுவது என்பது தான் நாம் உணரும் உண்மையாகும். பிணத்தின் முன் அடிப்பது அல்ல பறை; சனத்தின் முன் அடிப்பதே பறை! என்ற கருத்துடன் பல பறை இசைக் குழுக்கள் உருவாகியுள்ளன.

சமுதாயத்தின் அனைத்துப் பிரிவினரும், அயல்நாட்டோரும் கற்றுக் கொள்ள ஏதுவாக தமிழகத்தின் பல்வேறு ஊர்களில் இதற்கானப் பயிற்சி மய்யங்கள் தொடங்கப்பட்டுள்ளன. இப்பறை இசையை முறையாகக் கற்றுக் கொள்ளும் சூழல் பறை இசைக் கலைஞர்களால், பறை இசை வல்லுநர்களால் உருவாகியுள்ளது.

தொல் பழங்காலத்தில் அனைத்து மக்களும் பொதுவாக இசைத்த பறை மீண்டும் பொதுமையை உருவாக்கும்

ஒரு பொதுப்பறையாக்கும் தளத்தில் பல்வேறு இசைக் குழுக்கள் இயங்கி வருகின்றன.

பெண்கள் பறையடிக்கக் கூடாது என்பது எழுதப்படாத சட்டம் போல் மரபார்ந்த நிலையை தகர்த்தெறிந்து விட்டு பெண்கள் மட்டுமே தனித்து நின்று பறை இசைக் குழுக்களை உருவாக்கியுள்ளது மிகப் பெரிய சாதனையாகும். அத்துடன் பல்வேறு பறை இசை குழுக்களுடன் இணைந்தும் பெண்கள் பறை இசைப்பது எல்லோராலும் வரவேற்கக் கூடியதாகவும் அமைந்து வருகின்றது. பெண்ணடிமைத்தனத்திற்கு எதிராக, சமூக அநீதிக்கு எதிராக, வன்கொடுமைகளுக்கு எதிராகப் பெண்கள் பறை இசையை முழக்குவது இருபத்தியோராம் நூற்றாண்டில் நிகழ்த்தப்பட்ட ஒரு வரலாற்று மடைமாற்றமாகும்.

சென்னை:

1. மக்கள் கலை இலக்கியக் குழு
2. புத்தர் கலைக் குழு
3. தொடல் கலைக் குழு
4. விரட்டு கலைக் குழு
5. மய்யம் கலைக் குழு

திண்டுக்கல்:

1. சக்தி கலைக் குழு
2. விடியல் கலைக் குழு

நாகர்கோவில்:

1. முரசு கலைக் குழு
2. களரி பண்பாட்டு மையம்

காஞ்சிபுரம்:
1. மக்கள் மன்றம் கலைக் குழு

பாண்டிச்சேரி:
1. புதுச்சேரி அதிர்வு கலைக் குழு

கோவை:
1. நிமிர்வு கலையகம்[1]
2. நிகர் கலைக் கூடம்

சிவகாசி:
1. அதிர்வு தமிழிசையகம்

தூத்துக்குடி:
1. சகா கலைக் குழு

சிவகங்கை:
1. கங்கைக் கருங்குயில் கலைக் குழு

ஈரோடு:
1. கலைத்தாய் அறக்கட்டளைக் குழு
2. தமிழி இசைக் களம்

ஆகிய பல இசைக்குழுக்கள் சமூக விழிப்புணர்விற்காக பறை இசையை முழக்கி வருகின்றனர். பறை இசை வல்லுநராகத் திகழும் திரு வேலு ஆசான் போன்றோர் பல பறை இசை குழுக்கள் உருவாக ஆர்வலர்களுக்கும் பயிற்சி அளித்து வருகின்றனர். திரு கோசைநகரான் அவர்கள் தனி ஒருவராக தொல் தமிழர் இசைக் கருவிகளைத்

---

[1] தகவல் உதவி, நிமிர்வு கலையகம் சக்தி, கோவை, நாள் 29.03.2023

தேடி கண்டறிந்து அவற்றை சேகரித்துப் பாதுகாப்பதில் ஈடுபட்டு வருகிறார். சுமார் 108 க்கும் மேற்பட்ட தொல் தமிழ் இசைக்கருவிகளைச் சேகரித்து சென்னை கோயம்பேட்டில் ஒரு காட்சியகம் அமைத்து பார்ப்போரை வியக்க வைத்துள்ளார். திருக்கயிலாய வாத்தியக் குழு என்ற இசைக் குழுவை அமைத்து சிறப்பாக செயல்பட்டு வருகிறார். அவரிடமுள்ள அத்துனை இசைக் கருவிகளையும் இசைத்துக் காட்டி தமிழர்களின் இசை அறிவையும், இசை நுணுக்கத்தையும் விளக்கிக் காட்டுகிறார். அத்துடன் இவ்விசைக்கருவிகளை இசைக்க கற்றுக் கொள்ள வரும் ஆர்வலர்களுக்குப் பயிற்சி அளித்து ஒரு இசைக்குழுவை இயக்கி வருகிறார். அத்துடன் தமிழ் திருமணமுறையை பின்பற்றி பல திருமணங்களை நடத்தி வருகிறார்.

இது போன்று ஒவ்வொரு இசைக்குழுவும் தனக்கென ஒரு தனித்துவத்தை மய்யமாகக் கொண்டு பறை இசையை முழக்கி வருகின்றனர். இத்தகைய முயற்சிகளால் பறை மீண்டும் பொதுப்பறையாக அனைவரின் கைகளிலும், தோள்களிலும் தவழும் என்ற நம்பிக்கை ஒளி வீசுகின்றது.

துணைநூற் பட்டியல்

1. சிலப்பதிகாரம், அடியார்க்கு நல்லார் உரை, உ.வே.சா. பதிப்பு, சென்னை, பதி. 1968.

2. தமிழிசைக் கலைக்களஞ்சியம், தொகுதி 1, 2, 3, 4, வீ.ப.கா. சுந்தரம், பாரதிதாசன் பல்கலைக்கழகம், திருச்சி, பதி. மார்ச் 1992.

3. தமிழர் தோற்கருவிகள், ஆர். ஆளவந்தார், உலகத் தமிழாராய்ச்சி நிறுவனம், பதி. 1981.

4. தமிழர் முழவியல், எம்.எம்.எஸ். மகேந்திரன், யாழ்ப்பாணப் பல்கலைக் கழகம், பதி. 1999.

5. திருப்பாவை, ஆண்டாள், உரை: ரா. சீனிவாசன், அணியகம் வெளியீடு, சென்னை, இ.பதி. 1995.

6. திருப்புகழ் விரிவுரை, கிருபானந்த வாரியார், தொகுதி 2, வானதி பதிப்பகம், சென்னை, ஒன்பதாம் பதி. ஜூன் 2015.

7. திருப்புகழ் விரிவுரை, கிருபானந்தவாரியார், குன்றுதோறாடல் - முதற்பகுதி, வானதி பதிப்பகம், சென்னை, ஆறாம் பதி. 2017.

8. தேவாரம், பண்முறை தொகுதி VI. VII., T.V. கோபால் ஐயர், ஞானசம்பந்தம் பதிப்பகம், தருமபுரம் ஆதீனம், மயிலாடுதுறை, முன்றாம் பதி. 2011.

9. பஞ்சமரபு - இசைத் தமிழ்நூல், அறிவனார் (பதி) வே.ரா. தெய்வசிகாமணிக் கவுண்டர், வேலம்பாளையம், இ.பதி. 1975.

10. பழமொழி - மூன்றுரை அரையனார் (உரை) புலியூர் கேசிகன், ஸ்ரீ செண்பகா பதிப்பகம், பதி. 2010.

11. பன்னிரு திருமுறை, பாட்டும் பொருளும், ஞானசம்பந்தம் பதிப்பகம், தருமபுர ஆதீனம், மயிலாடுதுறை, மூன்றாம் பதிப்பு, 2011.

12. புறநானூறு, தமிழ்ப் பல்கலைக்கழக வெளியீடு, பதி. 1985.

13. பண்பாட்டு அசைவுகள், தொ. பரமசிவன், காலச்சுவடு பப்ளிகேஷன்ஸ் (பி) லிட், நாகர்கோவில், பதி. டிச. 2001.

14. மண்ணும் மனித உறவுகளும், கோ. கேசவன், சரவணபாலு பதிப்பகம், விழுப்புரம், பதி. 2001.

பின்னிணைப்பு – 1
பன்னிரு திருமுறைகள்

திருஞானசம்பந்தர் வழங்கிய தேவாரப் பதிகங்கள்:	முதல் திருமுறை இரண்டாம் திருமுறை மூன்றாம் திருமுறை & பிற்சேர்க்கைப் பாடல்கள்
திருநாவுக்கரசர் வழங்கிய தேவாரப் பதிகங்கள்:	நான்காம் திருமுறை ஐந்தாம் திருமுறை ஆறாம் திருமுறை
சுந்தரமூர்த்தி சுவாமிகள் வழங்கிய தேவாரப் பதிகங்கள்:	ஏழாம் திருமுறை
மாணிக்கவாசகர் வழங்கிய திருவாசகம், திருக்கோவையார்:	எட்டாம் திருமுறை
திருமாளிகைத் தேவர், சேந்தனார், கருவூர்த் தேவர், பூந்துருத்திநம்பி காடநம்பி, கண்டராதித்தர், வேணாட்டடிகள், திருவாலியமுதனார், புருடோத்தமநம்பி, சேதிராயர் ஆகிய ஒன்பது அருளாளர்கள் வழங்கிய திருவிசைப்பா, திருப்பல்லாண்டு:	ஒன்பதாம் திருமுறை
திருமூலர் வழங்கிய திருமந்திரம்:	பத்தாம் திருமுறை
திருஆலவாய் உடையார், காரைக்கால் அம்மையார், ஐயடிகள் காடவர்கோன், சேரமான் பெருமாள், நக்கீரர், கல்லாடர், கபிலர், பரணர், இளம்பெருமாள் அடிகள், அதிராவடிகள்,	பதினோராம் திருமுறை

பட்டினத்துப் பிள்ளையார் மற்றும் நம்பியாண்டார் நம்பி ஆகிய பன்னிரு அருளாளர்கள் வழங்கியவை:

| சேக்கிழார் வழங்கிய திருத்தொண்டர் புராணம் என்ற பெரிய புராணம்: | பன்னிரண்டாம் திருமுறை |